பறவைக்கு கூடுண்டு அனைவருக்கும் வீடு லாரி பேக்கரின் கனவு

எலிசபெத் பேக்கர்

தமிழில்:
ஈரோடு வெ.ஜீவானந்தம்

பறவைக்கு கூடுண்டு
அனைவருக்கும் வீடு
லாரி பேக்கரின் கனவு

எலிசபெத் பேக்கர்

தமிழில்:

ஈரோடு வெ.ஜீவானந்தம்

தடாகம்

தடாகம்

பறவைக்குக் கூடுண்டு அனைவருக்கும் வீடு:
லாரி பேக்கரின் கனவு
எலிசபெத் பேக்கர்
தமிழில் : மரு.வெ.ஜீவானந்தம்

உரிமை : மொழிபெயர்ப்பாளருக்கு

முதற்பதிப்பு : செப்டம்பர் 2017
நூல் மற்றும் அட்டை வடிவமைப்பு : மெய்யருள்

Paravaikku Koodundu Anaivarukkum Veedu :
Laurie Bakerin Kanavu
Author - Elizabeth Baker
Translated by :Dr.V.Jeevanantham

(C) Author

 ◆ First Edition - September 2017

Published by Thadagam, 112,Thiruvalluvar Salai,
Thiruvanmiyur, Chennai 600041

Phone : +91- 44 - 4310 0442 | +91 - 89399 67179
www.thadagam.com ◆ info@thadagam.com

ISBN : 978-81-934765-0-5
INR : 120.00

லாரி பேக்கர் - ஓர் அறிமுகம்

கௌதம் பாட்டியா

முன்னுரை

எளிய மக்கள் செய்வதை அவதானித்தே நான் எனது கட்டிடக் கலையைக் கற்றேன். எளிய மக்கள் செய்வதாலேயே இந்த கட்டிடக் கலை எப்போதும் மலிவானதாகவும் எளிமையானதாகவும் இருக்கின்றது. அவர்கள் கட்டிடக் கலைஞர்களையெல்லாம் பயன்படுத்துவதில்லை. குடும்பத்தினர்களே வீடுகளைக் கட்டிக் கொள்கின்றனர்.

பழைய கட்டிடங்களில் மரச் சட்டங்களில் உள்ள சிறு துளைகளுடன் கூடிய வேலைப்பாடுகளைப் பார்த்திருப்பீர்கள். அவைகள் கதிரவனின் ஒளியையும், வெக்கையையும் அளவாக உள்ளே அனுப்பும். கற்காரை (காங்கிரீட்) சட்டங்களில் பொருத்தப்பட்ட கண்ணாடிப் பலகையானது (PANEL) ஒளியையும், வெப்பத்தையும் குறைக்காது என என்னால் அறுதியாக, உறுதியாக கூற முடியும்.

எனது வாடிக்கையாளர்கள் அனைவரும் இந்தியர்களே. அவர்களில் எவரும் வெளி நாடுகளிலிருந்து திரும்ப வந்து இங்கு வசிப்பவர்கள் இல்லை. நான் அடிப்படையிலேயே ஏழைகளுடன் உழைக்கின்றேன். அவர்களுக்கு என்ன வேண்டுமோ, அதை எப்போதும் கொடுக்க வேண்டும் என நான் நினைக்கிறேன். அவர்களுக்குத் தேவைப்படுவது அனைத்தும் வெளிப்படையில் இந்நாட்டு அம்சங்களே. ஒரு கட்டிடக்கலைஞன் என்ற அடிப்படையில் ஒரு கட்டிடத்தைக் கட்டி அதை லாரி பேக்கர் நினைவிடம் என நினைவு கூற வைப்பதற்காக இங்கு நான் முயற்சிக்கவில்லை. மோகன் அல்லது சுப்பன் என்கின்ற சராசரி மனிதன் தன் குடும்பத்துடன் மகிழ்ச்சியாக வசிக்கும் ஒரு வீடுதான் எனது நோக்கம்.

லாரி பேக்கர் இந்தியாவில் நாற்பது வருடங்களுக்கும் மேலாக பணி புரிந்துள்ளார். மீனவர் குடியிருப்பு, நிறுவன (INSTITUTION) வளாகங்கள், குறைந்த விலை மண் குடில்கள், குறைந்த விலை பிரதான கிறிஸ்தவ தேவாலயங்கள் எனக் குறிப்பிட்டுச் சொல்லும்படியான வித — விதமான பெரும் பணித்திட்டங்களில் பங்களிக்கக்கூடிய வாய்ப்பும் ஆற்றலும் படைத்த மிகக்குறைந்த கட்டிடக்கலைஞர்களில் அவரும்

ஒருவர். திருவனந்தபுரத்தில் மட்டும் அவர் ஆயிரம் வீடுகளுக்கு மேல் கட்டியுள்ளார். இதல்லாமல், 40 கிறிஸ்தவ தேவாலயங்கள், எண்ணற்ற பள்ளிக்கூடங்கள், நிறுவனங்கள், மருத்துவமனைகளும் கட்டியிருக்கிறார்.

நிறைய கட்டிடங்களை வடிவமைத்ததாலும், கட்டிடக்கலை பொறுப்பாண்மைக் குழுக்களை செயலாக்கியதாலும் மட்டும் மற்ற கட்டிடக் கலைஞர்களிடமிருந்து லாரி பேக்கர் தனித்து விளங்க வில்லை. தான் பணிபுரியும் சூழலிலிருந்து படைப்பூக்க மிக்க செழுமையையும் கட்டிடக் கலையின் உள்ளூர் மாதிரிகளையும் தனிப் பட்ட வாழ்வியல் போக்குகளையும் உள்வாங்கிக் கொண்டு தனது வாடிக்கையாளர்களுக்கு மண்ணில் உறுதியாக ஊன்றி நிற்கின்ற சுகமான எளிதான வீடுகளையும் நிறுவனங்களையும் உருவாக்கிக் கொடுத்தார். இதுதான் அவரின் பணியை இன்னும் சிறப்பானதாக ஆக்கியது. இந்த மாதிரியான கட்டிடங்களில் வசிப்பவர்கள் அல்லது பயன்படுத்துபவர்களின் சிறப்புத் தேவைகளை மனதில் கொண்டுதான் இவையனைத்தும் செய்யப்பட்டது.

இம்மாதிரியான வேறுபட்ட பெரும்பணித் திட்டங்களை வடிவமைக்கும்போது பெருமளவு மறக்கப்பட்ட உள்ளூர் வடிவமைப்பு — கட்டிட முறைகள், நகரங்களிலிருந்து பெயர்த்தெறியப்பட்ட மக்களின் கட்டிடக்கலை விருப்பங்கள் போன்றவற்றையே லாரி பேக்கர் தேர்ந்தெடுத்தார். நகரங்களிலிருந்து பெயர்த்தெறியப்பட்ட மக்களின் கட்டிடக்கலையானது மேற்குலகினால் கைவிடப்பட்ட ஒன்று என்பது குறிப்பிடத்தக்கது.

தான் வடிவமைக்கும் ஒவ்வொரு கட்டிடத்திலும் லாரி பேக்கர் கீழ்க்காணும் அம்சங்களைப் பொருத்தமான முறையில் உறுதிப்படுத்திக் கொள்வார்.

உள்ளூரில் கிடைக்கக் கூடிய பொருட்களைக் கொண்டு உள்ளூர் நிலைமைகளுக்குகேற்ப கட்டப்பட வேண்டும். நடைமுறையான பாரம்பரியக் கட்டுமான முறைகளைத் தழுவிய சமகால நகர்ப்புற கட்டுமான முறைகளைக் கடைபிடிக்க வேண்டும்.

கட்டிடக்கலைக்குப் பேக்கரின் பங்களிப்பைத் தெளிவாய் அறிந்து கொள்ளுதல் என்பது இக்காலக்கட்டத்தில் மிகவும் பொருத்தமான ஒன்றாகும்.

தனது சொந்த வளர்ச்சித் தொடர்பான விஷயங்களில், உள்நோக்கிய சரியான சுய விசாரணை செய்யும்படி, வளரும் நாடுகளை, தேடலுள்ள மன சாட்சியானது தூண்டுகின்றது. இந்த தருணத்தில்தான் பேக்கரின் கட்டிடக் கலைகளைப் பற்றி நாம் அறிய வேண்டியுள்ளது.

இந்தக் கால கட்டத்தில்தான் லாரி பேக்கர் முதன்மை கதா பாத்திரமாக தனித்து விளங்குகின்றார். நாட்டின் தொலை தூரமான ஒரு மூலையில் தன்னந்தனியாக அமர்ந்து கொண்டு கட்டிடக்கலை தொடர்பான தனது எண்ணற்ற முயற்சிகளைப் பரிசோதித்துக் கொண்டும் அவை தொடர்பான விளைவுகளையும் முடிவுகளையும் பற்றி தகவல் தந்து கொண்டும் இருந்தார்.

பன்னாட்டு கட்டிடக்கலை பாணி என்பதை தனது எழுத்திலும் பணியிலும் பேக்கர் அழுத்தந்திருத்தமாக மறுத்தார். இந்தியாவில் பெருங்கேடு விளைவிக்கக் கூடிய காலங்கடத்துகின்ற ஒன்றாகத்தான் அதை அவர் பார்த்தார்.

சண்டிகர் நகரத்தை வடிவமைத்த ஃப்ரெஞ்ச் நாட்டு கட்டிடக்கலை வல்லுனர் லே கார்பூஸியர் (LE CORBUSIER)ஏராளமான கையாட்களை பெருகச்செய்துள்ளார். அவர்களோ உலகிலுள்ள அனைவருக்கும் பொருந்தக்கூடிய கட்டிடக்கலை தொழில் நுட்பத்தை நாடுகின்றனர். இதன் வேறு பேறுகளை (RESULT) இந்தியாவின் அனைத்து நகரங் களிலும் இருக்கின்ற 1950 ஆம் ஆண்டுக்கு பிந்திய கட்டிடங்களிலும் காணலாம். பலவகையான மனிதத் தேவைகள், விருப்பங்களை ஒரே தொகுதியான ஒரே படித்தான வடிவமைப்பு, விருப்பத் தேர்வுகள், சாதனங்கள் மூலம் நிறைவு செய்ய முடியும் என்ற கருத்தை லாரி பேக்கர் எப்போதும் ஏற்கவில்லை.

தனி மனிதத் தேவைகள் என்பது இந்தியாவின் பல்வேறு பட்டசூழல், வேறுபடும் பண்பாட்டு உரு மாதிரிகள், வாழ்க்கை முறைமைகளில் இருந்து தோன்றுவதாகும். அவற்றை நுட்பமாக உணர்ந்து உள்ளூர் சாதனங்களைப் பயன்படுத்தி பல வகைகளாகவும் வெவ்வேறு வடிவங்களாகவும் வெளிப்படுத்தக் கூடிய கட்டிடக்கலை மூலம் மட்டுமே மேற்கண்ட தேவைகளை நிறைவேற்ற முடியும் என லாரி பேக்கர் கருதினார். ஓரிடத்தின் கட்டிடக்கலையைப் பெயர்த்தெடுத்து இன்னொரு இடத்தில் அப்படியே செயல்படுத்துவது என்பது கட்டிடக்கலையின் மூலம் நாடப்படும் அடிப்படை வாழ்விடத் தேவைகளையே குலைத்து விடும் என லாரி பேக்கர் கருதினார்.

எடுத்துக்காட்டாக, உள்வாங்கப்பட்ட பாலைவன கட்டிடக்கலை உருமாதிரிகளை (PATTREN) கொண்டு வந்து வளமான கேரளக் கடற்கரையோரம் நடைமுறைப்படுத்தியதால் பாரம்பரிய வாழ்விட முறைகள் சீர்குலைந்தன. மொத்தமாக வீடு கட்டும் திட்டங்களிலும் இது போன்ற விஷயங்ளை காணலாம். இந்த வீடுகளில் வெளி அல்லது இடமானது பொருத்தமற்ற முறையில் வகுத்து பிரிக்கப்பட்டிருக்கும். இதன் விளைவாக இந்த வீடுகளில் வசிப்பவர்கள் அசௌகரியமாக வாழ்ந்தாக வேண்டிய கட்டாயத்திற்கு உள்ளாக்கப்பட்டனர்.

அதே நேரத்தில் பேக்கர் ஒரு பழமைவாதியுமில்லை. வாழும் கட்டிடக் கலை என்பது முறையான முழு இணைவிலும் நெகிழ்வுத் திறனிலும் மட்டுமே செழித்தோங்கும் என்பதை அவர் வலியுறுத்தி வந்திருக்கின்றார். கட்டிடங்களுக்குள் வசிப்பவர்களின் மாறும் தேவைகளுக்கும், கலையுணர்வுக் கூறுகளுக்கும் ஏற்ப முகம் கொடுக்கும் திறனானது கட்டிடக்கலைக்கு இருக்க வேண்டும். அந்த திறனிலிருந்துதான் உண்மையில் கட்டிடக்கலையின் நீடித்திருக்கும் ஆற்றல் உண்டாகின்றது.

கட்டிடக்கலை என்பது மற்றெந்த நுண் தொழிலைப் போலவும் மலர்ந்து விரிந்து கொண்டே இருக்கின்ற ஒரு உயிராக்க விளைவாகும். இதில் கடைப் பிடிக்கப்படுகின்ற பாரம்பரிய கட்டுமான உரு மாதிரிகள் என்பது மிக கட்டிறுக்கமான தனி ஆள் படைப்பாக்கமல்ல. மாறாக பல தலைமுறையினரின் கூட்டான பட்டறிவாகும்.

கட்டிடக்கலைஞர்களின் தலைமுறைத் தொடர்ச்சியிலிருந்தும், மனதில் ஆழ்ந்து படிந்த சூழலியலில் இருந்தும், இவைகளிலேயே திளைத்து வாழ்ந்தவர்களிடமிருந்தும் தனக்கான உத்வேகத்தை லாரி பேக்கரின் கட்டிடக்கலை பெற்றுக் கொள்கின்றது. ஆனால் லாரி பேக்கரைப் பொருத்த மட்டில் கேரளாவையே அவர் தனது சொந்த மாநிலமாக தேர்ந்தெடுத்துக் கொண்டார்.

கேரளாவில் உள்ள தனது வாடிக்கையாளர்களில் உள்ள வறிய மக்களின் குறிப்பான தேவைகளுக்காக லாரி பேக்கர்வளர்த்தெடுத்த கட்டிடக்கலையானது அதே போன்ற சூழ்நிலைகள் அனைத்திற்கும் பொருந்தக்கூடிய வாய்ப்பாட்டுச் சூத்திரம் (திளிஸிவிஹிலிகி) கிடையாது. எனினும் அதன் புரட்சிகரமான எளிமைக்காகவும் தற்கால இந்தியாவில் ஏற்றுக் கொள்ளப்பட்ட ஒட்டு மொத்த கட்டிடக்கலை சித்தாந்தத்தோடு முரண்படுகின்ற தன்மையிலிருந்துமே முளைத்தெழுகின்றது, லாரி பேக்கரின் ஒட்டு மொத்த கட்டிடக்கலைத் தொழில் நடைமுறை சித்தாந்தம்.

லாரிபேக்கரின் பணி என்பது அவரின் உள்ளார்ந்த வலிமையின் வினைத்திறன் மிக்க சான்று விளக்கம் என்பதுடன் கூடவே பாரம் பரியம், தொழில் நுட்பம், வாழ்க்கை முறை பற்றிய அவரது சொந்த விளக்கமும் கூட.

தமிழில்: சாளை பஷீர்

(பெங்குயின் வெளிப்பட்ட லாரி பேக்கர் என்ற புத்தகத்திலிருந்து)

லாரி பேக்கர் கட்டிடக் கலையைப் பற்றி லாரி பேக்கர்

நண்பர்கள் கழகத்தை (QUAKER SOCIETY) சார்ந்த தோழர்களிடம் தங்கியிருந்தேன். அவர்கள் காந்தியடிகளுக்கு நெருக்கமானவர்கள். காந்தியடிகளிடம் இந்திய சீன மக்களின் வாழ்வியலைப் பற்றி எழுச்சியூட்டுகின்ற உரையாடலை நிகழ்த்திடும் பேற்றை பெற்றேன்.

காந்தியடிகளுடன் அமர்ந்திருக்கும் நாட்களில் சீன நாட்டுத் துணியினால் செய்யப்பட்ட எனது காலணியைப் பற்றி அவருக்கு விளக்கிக் கூறுவேன். அதன் பின்னர் எனது வீட்டிற்கு திரும்பும் வழியில் உள்ள தெருக்களில் 'வெள்ளையனே வெளியேறு' என்ற முழக்கத்தையும் கேட்க வேண்டி வரும். இது மிகவும் வித்தியாசமான பட்டறிவாக இருந்தது.

❖ அனைவருக்கும் வீடு : லாரி பேக்கரின் கனவு ❖ 11

இந்தியாவில் நான் கட்டாயமாக தங்கியாகி இருக்க வேண்டிய கால கட்டத்தில் மாளிகைகளையும், சேரிகளையும் கண்டேன். மிகப் பெரிய ஆட்களுடனும் பழகியுள்ளேன். வறிய தாழ்ந்த மக்களிடமும் கலந்துரையாடியுள்ளேன். பிரிட்டிஷார் இந்தியாவை விட்டு வெளியேற வற்புறுத்தப்பட்டு வந்த காலகட்டம் இது.

அந்த சமயத்தில் பிரிட்டனிலிருந்து திரும்ப வந்து இந்தியாவில் தங்கி பணி புரிந்திடும் பேராவல் எனக்கிருந்தது. அதை காந்தியடிகளிடம் தெரிவித்தேன். அவரும் நான் இந்தியாவிற்கு திரும்பிடுவதை ஊக்கப்படுத்தினார்.

எனினும் நான் போரால் சிதைக்கப்பட்ட பர்மிங்க் ஹாமுக்கு (Birmingham, Biritan) இறுதியாக திரும்பினேன். போர் முடிவிற்கு வந்தவுடன் கட்டிடக் கலைஞர்கள் பெருமளவில் தேவைப்படுவார்கள் என்பது தெளிவாகத் தெரிந்தது.

இருந்த போதிலும் இந்தியாவில் பல லட்சக்கணக்கான மக்களுக்கு வீட்டின் தேவை என்பது மிகவும் பெரியதாக இருந்தது. ஆனால் அப்படி ஒரு வீட்டை கட்டுவதற்கான உதவியைச் செய்யக்கூடிய ஆட்கள் கிடைப்பது குறைவாக இருந்தது. ஆனால் பிரிட்டனில் இந்த மாதிரி உதவி செய்யக்கூடிய ஆட்கள் கிடைக்கூடிய வாய்ப்பு இந்தியாவை விட கூடுதலாக உள்ளது. எனவே அடுத்த சில மாதங்களில் நான் இந்தியாவை நோக்கி கப்பலில் பயணப்பட்டேன்.

சமய சமூக நலப்பணி ஆற்றும் அமைப்பொன்றில் (MISSIONARY) நான் ஒரு கட்டிடக் கலைஞனாக சேர்ந்து கொண்டேன். அந்த நலப் பணி அமைப்பானது பல மதப் பிரிவினரிடையே பணியாற்றும் உலகளாவிய அமைப்பாகும். தொழு நோயாளிகளின் பால் அக்கறை காட்டுவதுதான் அவர்களின் முழு முதல் பணியாகும்.

இந்தியாவிற்கு நான் வந்தவுடன் அன்றைய இந்தியாவின் ஒன்று பட்ட மாகாணம் என்றழைக்கப்பட்ட ஆக்ரா, அவத் பகுதிகளை உள்ளடக்கிய பகுதியில் பணியாற்ற அனுப்பப்பட்டேன். சமய சமூக நலப்பணியாளர்களான முதிய தம்பதியரிடம் என் பணிக்கான வழி முறைகளை நான் கற்க வேண்டியிருந்தது.

என்னை ஸாஹிப் வெள்ளைக்காரன், ஏகாதிபத்தியவாதி என அழைக்கத் தொடங்கவும் நான் நடுங்கிப்போனேன்.

பரந்த சொகுசு வீடு ஒன்றில் ஏராளமான பணியாட்களுடன் நான் வசிக்க வேண்டி வந்தது. இரவு உணவுக்கு என தனி ஆடையை நான் அணிய வேண்டியிருந்தது. செய்யக்கூடியவை, செய்யக்கூடாதவை என கண்டிப்பான நடத்தை முறைகள் இருந்தன. இந்த நடைமுறைப்படி நான் குதிரையின் மீது ஏறிச் செல்லலாம்

ஆனால் மிதி வண்டி ஓட்டக்கூடாது. இரண்டு வாரங்கள் கழிந்த பிறகு நான் இந்த நடைமுறைகளுக்கு என் எதிர்ப்புணர்வைக் காட்டினேன். ஒரு மிதி வண்டியை வாங்கினேன். அதில் ஏறி 7 கிலோ மீட்டர் பயணித்து தொழு நோய் மருத்துவமனையில் உள்ள இந்திய மருத்துவர் ஒருவருடன் தங்கச் சென்றேன்.

எனக்கு உடனடியாக சில சிக்கல்கள் தோன்றின. எனது பணியோ உணர்வூக்கம் நிறைந்ததாக இருந்தது. அந்த உணர்வு ஊக்கம்தான் என்னைக் கிராமப்புற இந்தியா முழுக்க சுமந்து சென்றது.

தொழு நோயால் பாதிக்கப்பட்ட மனிதர்கள் தொழு நோயாளி என அழைக்கப்பட்டனர். இந்த சொல்லாடலில் அத்தனை பெரும் அச்சமும் கெடு கூறுகளும் தொக்கி நின்றன. சராசரி மனிதர்களுடன் கலந்துறவாடாமல் அவர்கள் பிரித்து ஒதுக்கப்பட்டு காப்பிடத்திற்கு (ASYLUM) கும்பலாக ஓட்டிச் செல்லப்பட்டனர்.

ஆனால் இரண்டாம் உலகப் போரின் போது நவீன மருந்துகள் தோற்றுவிக்கப்பட்டன. அவைகளில் சில தொழு நோயை குணப் படுத்துவதில் உதவிகரமாக இருந்தன. மிக மோசமான இந்த நோயின் நற்பேறற்ற பலி உயிர்களின் மருத்துவ பரிகார விஷயத்தில் புதிய அணுகுமுறை வந்தது. இந்த மருந்துகளின் மூலம் குணம் அடைவது சாத்தியம் எனில் இந்த சமயத்தில் தொழுநோயாளிகள் நம்பிக்கை யுடன் செல்வதற்கு மருத்துவமனைகள் தேவைப்படும்.

தங்கள் வாழ்நாள் முழுக்க சமூகப் புறக்கணிப்பு செய்யப்படுவதைக் காட்டிலும் மேற்கண்ட புதிய மாற்றங்கள் மூலம் அவர்கள் படிப் படியாக சராசரி வாழ்க்கைக்குத் திரும்ப இயலும்.

எனது தலையாய பணி என்னவெனில், பெரும் அச்சம் தரக்கூடிய பழைய காப்பிடங்களை முறையான மருத்துவ மனைகளாக மாற்ற வேண்டும். அத்துடன் குடியிருக்கவும் மறு வாழ்வு பெறவுமான நடுவங்களை (CENTRE) உருவாக்க வேண்டும். ஆனால் இந்த மாதிரியான புது வ்கை பரிகார முறைகளுக்கு முன்னோடிகள் ஒன்று மில்லை. மருத்துவ நிபுணர்களும் மிகக்குறைவாக அங்கொன்றும் இங்கொன்றுமாக இருந்தனர். அவர்களுக்கு இந்தப் புது பிரச்சனைகள் குறித்து தவிர்க்க இயலாத வகையில் வேறுபாடான ஏன் மோதலான கருத்துக்களைக்கூட கொண்டிருந்தனர்.

என்னை எனது பணியில் வழிகாட்டுபவர் யார்? அறிவுறுத்தல் களுக்காக நான் யாரை போய் பார்ப்பது? உண்மையில் எனது வாடிக்கை யாளர்கள் யார்? எனக்கு சம்பளம் வழங்கும் சமய சமூக நலப்பணி அமைப்புதான் எனது வாடிக்கையாளரா? அல்லது பெரும் கலகத்தை உண்டு பண்ணும் இந்த நோயின் பிடியில் சிக்கித் தவிக்கும் நோயாளிகளின் இன்னல் நீக்க தன்னலம் கருதாது பணியாற்றும்

மருத்துவர்களா? அர்ப்பணிப்புமிக்க பணியாளர்களா? அல்லது நோயாளிகளா?

நான் எனது வாழ்க்கைப்போக்கின் இந்த சந்தியில் ஒரு முடிவைத் தேர்வு செய்தேன். மருத்துவமனையில் வாழ வேண்டும் என்பதே அந்த முடிவாக இருந்தது.

எனக்கு ஊதியம் தரும் சமூக நலப்பணி அமைப்புதான் ஒவ்வொரு செயல்முறைத் திட்டத்திற்கும் (PROJECT)எவ்வளவு செலவழிக்கப்பட வேண்டும் என்பதை முடிவு செய்தது. மருத்துவர்கள் தங்களின் பணிக்கு என்ன தேவை என்பதைப் பற்றி தெளிவான கருத்துடன் இருந்தனர். ஆனால் இறுதியாக நோயாளிகள் தான் உள்ளபடியே எனது கட்டிடத்தில் வசிக்கக் கூடியவர்கள். அவர்களுக்கு உடல் நலத்துடன் நம்பிக்கையும் தன்மானமும் திரும்ப கிடைக்கவேண்டும். அத்துடன் ஒரு வாழ்க்கைக்குள் புது நுழைவும் கிடைக்கவேண்டும். ஒருவருக்கு இதை விட சிறந்த வாடிக்கையாளர் வேண்டுமா என்ன?

விரைவிலேயே நான் புதிய சிக்கல்களில் அமிழ்ந்து போனேன். நான் சோதனை நடத்தச் சென்ற கட்டிடங்களும் அவற்றின் கட்டுமான உத்திகளும் கட்டப்பயன்படுத்திய பொருட்களும் எனக்கு முற்றிலும் அறிமுகமில்லாதவை. எனக்கு போதிக்கப்பட்ட கட்டிடக் கலைக்கும், நான் கற்கும் நாட்களில் வடிவமைத்தவற்றிற்கும் இந்த கட்டிடங்களுக்கும் எந்தத் தொடர்பும் இல்லை. மண் சுவர்களையும் அவற்றிலுள்ள வெடிப்புகளையும் கையாள வேண்டும் என என்னிடம் எதிர்பார்த்தனர். செங்கப்பிக்கல் (LATERITE) உள்ளிட்ட இதுவரை நான் கேள்விப்படாத கட்டுமானப் பொருட்களை யெல்லாம் எதிர்கொள்ள வேண்டி வந்தது. மாட்டுச் சாணத்தைக்கூட முக்கியமான வீட்டு கட்டுமான பொருளாக மக்கள் கருதினர். கறையானையும் படுக்கையிலுள்ள மூட்டைப்பூச்சியையும் கூட நான் கட்டுப்படுத்த வேண்டும் என எதிர்பார்த்தனர்.

குறுகிய காலத்திற்குள் பருவமழை தொடங்கி விடும் என என்னை எச்சரித்தனர். அந்த எச்சரிக்கைச் சொற்கள் எந்த அளவிற்கு மலைப்புடனும் அச்சத்துடனும் வெளிப்பட்டது என்றால் முரட்டுத் தனமாக என் மீது பாயக் காத்திருக்கும் ஒரு விலங்கைப் போல பருவ மழை எனக்கு காட்சி அளித்தது.

பின்னர் உண்மையில் அப்படித்தான் நடந்தது. அது மூர்க்கமான காட்டு விலங்கைப் போல பழிதீர்க்கும் வெறியோடு திடுமென பாய்ந்து என் மீது இறங்கியது.

உண்மையில் கூற வேண்டுமென்றால் அந்த முதல் சில மாதங்களில் நான் அதிகரித்த அறியாமையும் உதவியற்ற நிலையையும் உணர்ந்தேன்.

பருவமழை, கறையான், கரிசல் மண் குறித்து அறிந்து வைத்திருந்த மதி நுட்பமற்ற கிராமத்து ஆளை விட நான் என்னை மிகவும் குறைந்த அறிவுடையவனாக உணர்ந்தேன். நான் என்னுடன் பாடநூற்கள், குறிப்புரை ஏடுகள், கட்டுமானக் கையேடுகள் ஆகியவற்றை கொண்டு வந்திருந்தேன். ஆனால் இவற்றைக் கொண்டு வந்ததற்கு மாற்றாக சஞ்சிகைகளில் உள்ள நகைச்சுவை துணுக்குகளைக் கொண்டு வந்திருக்கலாம் என எனக்கு பட்டது.

என்ன செய்வது?

எனது பிறந்த இடத்திற்கே திரும்புவதா?

'வெள்ளையனே வெளியேறு' என்ற முழக்கம் முன்னெப்போதையும் விட இப்போதுதான் வலுவாகவும் உரத்தும் ஒலித்தது. வெளியேறி விட்டால் நல்லதாக போய் விடும் இல்லையா?

ஆனால் வெளியேறுவதற்கான காலம் ஏற்கனவே கடந்து விட்டது. நான் இந்த அசாத்தியமான பொருத்தமற்ற சிக்கல்களுக்குள் பனியில் சிக்கியவன் போல் உறைந்து போயிருப்பேன். ஆனால் அந்த சிக்கல்களெல்லாம் ROYAL IN-STITUTE OF BRITISH ARHITECTS என்ற கட்டிடக் கலைஞர்களின் பயிலகத்தின் முறையான தகுதிபெற்ற உறுப்பினராகிய எனக்கு உண்மையிலேயே ஒரு பொருட்டா?

ஆனால் சாமானிய மக்களின் கட்டிடம் கட்டும் கலையின்பால் மெல்ல மெல்ல ஈர்க்கப்பட்டேன். அந்த கிராம வாசிகள் வாய்ப்பு வளமற்ற கரடுமுரடான பொருட்களை பயன்படுத்தினர். அன்றாட வாழ்வில் பயனுள்ள வீடுகளையும் பொருட்களையும் கட்ட உதவும் அங்கீகரிக்கப்பட்ட கருவிகளைப் போன்று அவர்கள் வீடு கட்ட பயன்படுத்தும் கருவிகள் இல்லை. நான் இதுவரை கண்டிராத மண், கரடுமுரடான சிறு கற்கள், மூங்கில், உலர்ந்த புல், தரங்குறைந்த மரத் தண்டுகளைக் கொண்டு அவர்கள் தங்களுக்கான அழகிய வீடுகளை கட்டுவதைக் காண்பதிலேயே எனது பெரும்பான்மையான நேரம் கழிந்தது.

ஒன்றரை மீட்டர் அளவுள்ள மரத்தண்டுகளை வைத்து கட்டப்பட்ட 6 மீட்டர் சுற்றளவுள்ள கூம்பு வடிவிலான வட்டமான வீடுகளை நான் கண்டேன்.

கள்ளி, கற்றாழை, படர்கொடிகளிலிருந்து பிரித்து எடுக்கப்பட்ட நீண்ட இழைகளைக் கொண்டு நெய்து கட்டப்பட்ட குச்சிகள், இரும்பு வளையங்களைக் கொண்டு வட்ட வடிவில் உத்தர நெடு விட்டமானது அமைக்கப்பட்டிருந்தது.

அத்துடன் ஒவ்வொரு வருடமும் பேரழிவை உருவாக்கக் கூடிய புயல் காற்று வீசும் இடங்களில் தான் இத்தகைய வீடுகள்

அமைக்கப்பட்டிருந்தன. ஆனால் முறையாக செங்கல், சுண்ணாம்பு சாந்து, வலுப்படுத்தப்பட்ட கற்காரை பாளிங்களினால் (REINFORCED CONCRETE SLABS) கட்டப்பட்ட கட்டிடங்களை விட உள்நாட்டு கட்டிடக்கலையைப் பயன்படுத்தி கட்டப்பட்ட மேற்கண்ட எளிய வீடுகள்தான் புயலில் தாக்குப் பிடித்து நின்றன.

'நிலைப்படுத்தப்பட்ட நிலம்' என்ற ஒன்றை நான் இதுவரை கேள்விப்பட்டதில்லை. ஆனால் நாடு முழுக்க. உமி, மூங்கில் பட்டைகள், பனை நார்கள் உள்ளிட்ட பல்வேறு வகையான பொருட்களைக் கொண்டு மண் சுவர்கள் பதப்படுத்தப்படுகின்றன. மண் சுவர்களில் ஏற்படும் வெடிப்பு உள்ளிட்ட பல பிரச்சனைகளை சரி செய்ய சுண்ணாம்பு நீர், பன்றியின் சிறு நீர் உள்ளிட்ட பல வகையான திரவங்களை பயன்படுத்துகின்றனர்.

நான் கற்றுக்கொண்டிருக்கும் இந்த புதிய கல்வியில் உள்ள வியக்கத் தக்க ஈர்க்கதக்க பகுதி என்னவென்றால் இந்த புதுமையான அம்சங்கள் பலனளிக்கக்கூடியவையாக இருந்தன. நான் செல்லுமிடமெல்லாம் என் முன்னாலும், என்னைச் சுற்றியும் வீழ்ந்து கிடந்த என்னால் தீர்க்கவே முடியாது என நான் நினைத்த பல பிரச்சனைகளுக்கும் விடையிருப்பதை என்னால் உணர முடிந்தது. செல்லுமிடங்களில் எல்லாம் நான் கண்ட உள்நாட்டு கட்டிடக் கலையை உண்மையில் புரிந்து கொண்டதோடு அவற்றை முழுமனதுடனும் நம்பினேன். அப்படி இல்லையென்று வைத்துக் கொண்டால் எனக்குப் பல வருடங்கள் ஆகியிருக்கும்.

இந்த உள் நாட்டு கட்டிடக்கலையானது உடனடியாக கிடைக்கக் கூடிய உள்ளூர் பொருட்களை மட்டும் பயன்படுத்தி நிலையான கட்டிடங்களை எப்படி கட்டுவது என்ற ஆயிரம் ஆண்டுகள் ஆராய்ச்சியின் விளைவாகும்.

இந்த உள் நாட்டு கட்டிடக்கலையானது உள்ளூரின் தட்ப வெப்ப நிலைமைகள், நிலவியல் (GEOGRAPHY), பிரதேசத்தின் இயல் புகள் (TOPOGRAPHY), கனிமப் பொருட்கள், தாவரங்கள், பூச்சிகள், பறவைகள் விலங்குகள் உள்ளிட்ட இயற்கையின் விளைவாக ஏற்படும் இடர்பாடுகள், அண்டை அயலாரின் பகை உணர்வு போன்ற வற்றிற்கு தாக்குப்பிடிக்கக் கூடியதாகும். அத்துடன் உள்ளூர்மத, சமூக பண்பாட்டு வாழ்வு முறைகளின் அனைத்து தேவைகளையும் உள்ளடக்கியதுமாகும்.

நான் அறிந்த திகைக்கவும் வியக்கவும் வைக்கக் கூடிய இந்த அதிசய சாதனையை இருபதாம் நூற்றாண்டின் நவீன கட்டிடக் கலைஞன் உட்பட எவரும் சாதித்ததில்லை. அமெரிக்காவை வெளிப்படுத்தியதற்காக கொலம்பஸ் மதிக்கப் படுகின்றார். ஆனால்

பெருந்தொகையினரான மக்கள் அவரின் வெளிப்படுத்துதல் ஆரவாரத்திற்கு வெகு காலத்திற்கு முன்னரேயே அங்கு வசித்து வருகின்றனர். அதே போல்தான் எனது சிறிய தனிப்பட்ட வெளிப்படுத்துதல்களையும் நான் செய்துள்ளேன். நான் விரிவான கட்டுமான முறைகளை வெறுமனே உணர்ந்தேன். ஆனால் நான் புதிதாய் அறிந்த இந்த கட்டுமான முறையானது 500 மில்லியனுக்கும் மேற்பட்ட மக்களுக்கு ஒன்றும் புதிய விஷயம் கிடையாது.

நான் இந்த புதிய அறிவை என் சொந்த பணியில் பயன்படுத்த விரும்பினேன். ஒரு வேளை என்னை வேலைக்கு அமர்த்திக் கொள்பவர்கள் இவை அனைத்தையும் கனவுலக கோட்பாடுகள் என ஒதுக்கித் தள்ளி விட்டார்களானால் தெளிவான இந்த முடிவற்ற உள் நாட்டுக் கட்டிடக்கலை நுட்பங்களின் வெறும் பார்வையாளனாக நான் மாறி விடுவேன். அத்தோடு எனது இந்த வெளிப்படுத்தல்களை எந்த வகையிலும் நடைமுறைப்படுத்த இயலாதவனாகி விடுவேன் என்பதையும் நான் நன்கு உணர்ந்திருந்தேன்.

இன்னும் சரியாக சொல்லப்போனால் முறையான கட்டிடங்களை வடிவமைப்பதற்காக என்னுடைய வரை பலகையின் பக்கம் தயக்கத்துடன் திரும்பினேன். என்னுடைய தற்போதைய கல்வியின் பெறு பேறுகள் அல்லது விளைவுகள் வீணாகி விட்டது என என்னால் கூற இயலாது.

சுட்ட செங்கல், கல், ஓடு, மரத்தண்டு போன்ற அதிகம் ஏற்படக்கூடிய உள்ளூர் பொருட்களைப் புதிய முறையில் பயன்படுத்துவது பற்றி நிறைய பயின்றேன். புதிய முறை என சொல்லும்போது அது எனக்கு மட்டும்தான் புதியது. ஏனெனில் உள்ளூரில் அவை ஏற்கனவே நடைமுறையில் இருக்கின்றவைதான்.

நான் புது வகையான காரைச் சாந்தை பயன்படுத்தினேன். என்னுடைய உண்மையான வாடிக்கையாளர்களை அதாவது கட்டிடத்தைப் பயன்படுத்துபவர்களை பாதிக்காத வருத்தமளிக்காத வகையிலும் உள்ளூர் பாணியிலும் கட்டிடங்களை நான் வடிவமைத்தேன். லாரி பேக்கர் கட்டிடக்கலையின் உண்மையில் அப்படி ஒரு பெயருள்ள கட்டிடக்கலை உண்டா? இரண்டாவது பெரிய காலடி இது என நினைக்கின்றேன்.

இதற்கிடையில் பிரிட்டிஷார் இந்தியாவை விட்டு வெளியேறி விட்டனர். காந்தியடிகள் படுகொலை செய்யப்பட்டு விட்டார். நானோ விடுதலை பெற்ற இந்தியாவில் தங்கி விட்டேன்.

அகத்தூண்டுதல் உண்டாக்கும் ஒரு ஊக்கத்தை வியத்தகு மருத்துவரான பி.ஜே.சாண்டி அவர்களிடம் நான் நிறைய பெற்றேன். ஃபைஜாபாத்தில் உள்ள ஸாஹிபின் சொகுசு வீட்டிலிருந்து என்

மிதிவண்டியில் வரும்போது பி.ஜே.சாண்டி அவர்கள் என்னை அவர் வீட்டிற்கு அழைத்துச் சென்றார். அவருக்கு அழகிய சகோதரி ஒருத்தி இருந்தாள். அவளை நான் மணம்முடித்துக் கொண்டேன். நாங்கள் இருவரும் தொலை தூரத்தில் உள்ள இமயமலைப் பகுதியில் குடியேறினோம். அந்தப் பகுதியானது, திபெத், நேபாளத்துடன் எல்லைகளைக் கொண்டிருந்தது.

அங்கு நாங்கள் எங்கள் வீட்டையும் அத்துடன் மருத்துவ மனைகள், பள்ளிக்கூடங்கள் போன்றவற்றையும் முழுமையான உள்ளூர் பாணியில் அமைத்தோம். அங்கு நாங்கள் 15 வருடங்கள் வசித்தோம். இந்தக் காலகட்டத்தில் என்னை ஈர்த்த தொழில் நுட்பங்களை நான் நிறைய முயன்று பெற்றேன்.

நான் உள்ளூர் தொழில் நுட்பங்களை மேலும் மேலும் கற்பதில் மும்முரமானேன். அந்த தருணத்தில் என்னுடைய உதவியைக்கேட்டு வெளி உலகிலிருந்து இமயமலை பகுதிக்கு நிறைய பேர் வந்தனர். இதன் விளைவாக மெல்ல மெல்ல நான் அதிநவீனமாக ஒரு உலகினுள் இழுக்கப்பட்டேன். என்னிடம் உதவிகேட்டு வந்தவர்களில் வியக்கத் தக்க ஒரு முதிய அமெரிக்க மாது இருந்தார். அவர் பெயர் Welthy Honsinger Fisher. இந்தியா முழுக்க வயது வந்தோருக்கான கல்வி பற்றிய போதனைகளைப் பரப்புவதில் அவர் அக்கறை கொண்டிருந்தார். புதியதாய் கற்கும் வயது வந்தோருக்காக எப்படி எழுதுவது என அவர் எழுத்தாளர்களுக்கு பயிற்றுவிப்பார். அதே போல நாடகம், பொம்மலாட்டம், இசை, கலை ஆகியவற்றை கற்பித்தலுக்கு எப்படி பயன்படுத்துவது என்பது பற்றியும் அவர் போதிப்பார். ஆனால் அவர் முதலில் சொன்னபடி அவருக்கு தேவையானது ஒரு உண்மையான இந்திய கிராமிய அமைப்பு ஆகும்.

தனது எழுபது வயதுகளில் பலவீனமாக இருந்த அந்தப் பெண்மணி மிகத் தொலைவான கடினமான பயணம் செய்து இமய மலை பகுதியில் இருந்த எங்கள் மருத்துவமனைக்கு வந்தார். அவர் தனது எழுத்தறிவு கிராமத்திற்கான திட்ட வரைபடத்தை பெற்றுச் செல்லும் வரையில் எங்களுடனேயே தங்கியிருந்தார். பின்னர் நான் அவரிடத்திற்கு சென்று மனையை நிலப்பகுப்பு செய்து கட்டிடம் கட்ட உதவினேன்.

அவரது வேறு சில நண்பர்கள் இந்தியாவில் மன நோய் பரிகாரப் பணியை தொடங்க விரும்பினர். அவர்கள் ஒரு பன்னாட்டு குழுவினர். எனினும் அவர்கள் இந்தியர்களுக்காக இந்தியர்களுடன் பணிமாற்றும் ஒரு குழுவினர். அந்த குழுவில் தென்னிந்தியாவைச் சார்ந்த மன நோய் பகுப்பாய்வாளர் ஒருவரும் உண்டு. இமயமலைப்பகுதியில் உள்ள என்னுடைய வீட்டை விட்டு வெகுதொலைவிற்கு அவர்களும் என்னை இழுத்துச் சென்றனர். அவர்களுக்கு நவீன வசதிகளுடைய

ஒரு மருத்துவமனையும் வேண்டும். அத்துடன் அந்த மருத்துவமனை கட்டிடமானது மனம் பாதிக்கப்பட்ட இந்திய நோயாளிகளுக்கு ஏற்ற சரியான சூழ்நிலையுள்ளதாகவும் இருக்க வேண்டும் என விரும்பினர்.

இது ஒரு முன்னோடி திட்டம் என்ற வகையில் இதற்கு மிகப்பெரிய சிந்தனையும் அக்கறையும் அர்ப்பணிப்பும் கொடுக்கப்படும்போது மருத்துவத் துறையின் இதர பிரிவினரின் கவனத்தையும் ஆய்வையும் இத்திட்டம் பெறும்.

மருந்தும் அறுவை சிகிச்சையும் நவீன கருவிகள் தொழில் நுட்பங்களுடன் வளர்ந்திருந்தாலும் உள்ளூர் நோயாளிகளை குணப்படுத்த அவை மட்டும் போதுமானதாக இல்லை என்பது உணரப்பட்டது.

குறிப்பாக நீண்ட காலம் பிடிக்கக் கூடிய மருத்துவ பரிகாரங்கள் தேவைப்படும் நோயாளிகள் வைக்கப்பட்டுள்ள பகுதிக்கும் நோய் குணமாவதில் தலையாய பங்கு உண்டு. எனவே குறிப்பாக ஊரகப்பகுதிகளில் உள்ள மருத்துவமனைகள், நிறுவனங்கள் விஷயத்தில் எனது பணி வளரத் தொடங்கியது.

தொலை தூரத்தில் உள்ள மாவட்டங்களில் சிதறி வாழும் புறக்கணிக்கப்பட்ட மக்களுக்கு சிறிய கட்டிடங்களே தேவைப்பட்டன. சிறிய, பெரிய அளவு என்பதை விட அந்த கட்டிடங்கள் அவர்களுக்கு முக்கியமானதாக இருந்தன. நகரத்தில் அடர்ந்து வாழும் மக்களை விட ஊரக பகுதிகளில் உள்ள புறக்கணிக்கப்பட்ட மக்களின் தேவை மிக இன்றியமையாததாக இருந்தது. காரணம் நகரப் பகுதிகளில் வாழும் மக்களுக்கு வாழ்விடம் விஷயத்தில் தாராளமாக மாற்று வாய்ப்புகள் இருந்தன. அத்துடன் தொலை தூர பகுதிகளில் வாழும் இந்த மக்களின் கொடுக்கல் வாங்கல் அனைத்துமே பணத்திற்குப் பதிலாக பண்டமாற்று முறையிலேயே நடந்தன.

கட்டிடங்களை கட்டுவதற்கான பொருட்களை வாங்குவது என்பது மிகவும் கடினமான விஷயம். எனவேதான் இயன்ற அளவிற்கு உறுதியான நீடித்து உழைக்கக் கூடிய செலவு பிடிக்காத கட்டிடங்களை வடிவமைத்துக் காட்டுவது என்பது மிக மிக இன்றியமையாததாக இருந்தது.

இதற்காகவும் இது போன்ற காரணங்களுக்காகவும் நான் கிரயம் தொடர்பாக விழிப்புடன் இருக்க தெடங்கினேன். உள் நாட்டுப் பொருட்கள் அல்லது இருபதாம் நூற்றாண்டின் சராசரி கட்டுமான தொழில் நுட்பங்கள், பொருட்களைக் கொண்டு கட்டுமான பொருட்களின் கிரயத்தை குறைப்பது தொடர்பாக நிறைய நேரத்தைச் செலவழித்தேன். லட்சக் கணக்கான மக்கள்

வாய்க்கும் வயிற்றிற்குமாக வாழ்க்கை நடத்திக் கொண்டிருக்கும் காட்சிகளானது என்னை எல்லா வகையான பகட்டுகளையும் விரயங்களையும் அருவருத்து வெறுத்துத் தள்ள வைத்தது.

எல்லாவிதமான பகட்டுக்களையும் வெறுத்து ஒதுக்கும் லாரி பேக்கரின் இந்த நடைமுறையானது லாரி பேக்கர் கட்டிடக்கலை என்று அழைக்கப்படும் கட்டிடக்கலையின் இரண்டு முக்கிய குணாம்சங்களை நமக்கு காட்டுகின்றது.

சிறியது என்பது அழகானது மட்டுமல்ல அத்தியாவசியமானதும் கூட அது பெரியது என்பதை விட இன்னும் அத்தியாவசியமானதும் கூட.

உண்மையான கட்டிடச் சிக்கல்களுடன் உலகின் வசிப்பிட தேவைகளையும் கட்டிடக்கலைஞர்களாகிய நாம் வெற்றிகரமாக சமாளிக்க வேண்டுமென்றால் இயன்ற அளவு மலிவாக காட்டுவது எப்படி என்பதை நாம் கற்றாக வேண்டும்.

ஆகவே தனது விருப்பங்களும் பணிகளும் விரிவாக்கம் பெற்றிருந்தன. பேக்கரின் இரையை, முறையான கல்வி உலகுமெல்ல கவ்வத் தொடங்கியிருந்தது. அதே போல மருத்துவ உலகும் எச்சரிக்கை கலந்த விருப்பத்துடன் இருந்தது.

கிராமிய பள்ளிக்கூடங்கள், கல்லூரிகளுடன் நகர்ப்புற கல்லூரிகளும்கூட நூலகம், அரங்கம் (auditoriam) போன்றவற்றை கட்ட விரும்பினர். பல்வேறு பயிலகங்களுக்கு வடிவமைத்துக் கொடுப்பது என்பது எனது அன்றாட தொழிலாகி விட்டது.

மேலதிகமாக வந்த மத ரீதியிலான கட்டிடங்களை கட்டுவதற்கான அழைப்பையும் என்னால் மறுதலிக்க இயலவில்லை. பகட்டு கூடாது என்ற நிபந்தனையுடன் எனது வரைபலகையில் ஆசிரமங்கள், ஜெபக்கூடங்கள், தேவாலயங்கள் இருந்தன. எனது இயல்பில் இரு பிளவுகள் இருந்ததை எண்ணி குழம்பியிருக்கின்றேன். அதாவது சன நாயகத்தில் நம்பிக்கை உள்ளவன் என என்னை நானே கூறிக் கொள்கின்றேன். அதே நேரத்தில் அனைத்து அதிகாரம் கொண்ட கட்டிடக்கலைஞனாகவும் இருக்க விரும்புகின்றேன் என்பதையும் நான் அறிந்து கொண்டேன்.

பிறரின் மத நம்பிக்கைகள், நடைமுறைகள் விஷயத்தில் நான் சகிக்கக்கூடியவனாக இருந்திருக்கின்றேன். ஆனால் அவர்களது நம்பிக்கைகளுக்கு கூட பொருத்தமற்ற, தவறான சில மதக்குழுக்களின் வேண்டுதல்களை நான் கண்டித்திருக்கின்றேன். என்னைப் பொருத்தவரை ஒரு வாடிக்கையாளரின் விருப்பத்திற்கேற்ற வகையில் தான் கட்டிடங்கள் அமைய வேண்டுமேயல்லாது லாரி பேக்கரின்

விருப்பத்தில் அல்ல. அதே நேரத்தில் அந்த வாடிக்கையாளர் தன்னுடைய மத நம்பிக்கைகளை வெளிப்படுத்தும் விதமானது என்னை புண்படுத்துவதாக இருக்கும் பட்சத்தில் அவருக்காக வடிவமைப்பதை இயலாத ஒன்றாக நான் கண்டிருக்கின்றேன்.

சுருக்கமாக கூறுவது என்னவென்றால் படைத்தவனுடன் நேரடியாக ஒன்றுவதற்கான ஒரு வழிமுறை இருக்கின்றது. மனிதன் எந்த இடத்திலும் எப்படிப்பட்ட சூழ்நிலையிலும் எக்காலக் கட்டத்திலும் இதை உணர முடியும். தனித்துவமான மதச் சூழல் என்பவையெல்லாம் தேவையற்ற ஒன்றே. மக்கள் அவற்றில் உதவி தேடினாலும் கூட அவை தேவையற்ற ஒன்றுதான்.

ஒரு வீடானது எப்படி வடிவமைக்கப்பட வெண்டும்?

ஒரு குறிப்பிட்ட பிரிவைச் சார்ந்தவர்கள் அவர்களுக்கே உரிய தனிப்பட்ட பாணியில் குடும்பத்துடன் ஒன்றாக வசிப்பதற்கு தோதுவாக அந்த இல்லமானது அமைக்கப்பட வேண்டும்.

இந்த வீட்டிற்கான திட்டமிடலும் வடிவமைப்பும் நன்றாக அமைக்கப்பட்டது என்பதற்காக அதன் வெளிப்புறமானது பகட்டானதாக அமைய வேண்டும் என்பதில்லை. வணங்குவதற்கும் சடங்குகளை செய்வதற்கும் மக்கள் ஒன்றாக கூடும் வழிபாட்டு கட்டிடங்களுக்கும் இதுதான் முறை.

இது போன்ற வழிபாட்டு நடவடிக்கைகளை மேற்கொள்வதற்கு தேவையான பொருத்தமான வெளியை தன்னால் இயன்ற அளவிற்கு உண்டு பண்ண முயல்வான் ஒரு கட்டிடக்கலைஞன்.

முதலும் முடிவுமற்ற நிரந்தர ஆற்றலுடன் பிணைப்பைத் தேடும் இது போன்ற கட்டிடங்களின் முகப்பை பகட்டாக அமைப்பது என்பது சரியில்லை.

எந்த கட்டிடமானாலும் சரியே! அவற்றின் முகப்பிற்கு எதிரானதுதான் லாரி பேக்கரின் கட்டிட பாணியாகும். இதுதான் அதன் தனித்தன்மையான கவனிக்க தக்க குணாம்சமும் ஆகும்.

பித்தோராகடில் எங்களது தங்கள் முடிவுறுவும் காலத்தில் சிறப்பான விரும்பத்தக்க கட்டிடங்கள் கட்டப்பட்டன. கட்டிடம் கட்டுதலில் செலவைக் குறைப்பது தொடர்பாக அரசும் மெதுவாக விசாரிக்கத் தொடங்கியது. மிகவும் தேவை என வலியுறுத்தப்பட்ட ஆனால் அத்தியாவசியமற்ற விரும்பத்தகாத கட்டிடக்கலை நடவடிக்கைகளை பற்றி மூத்த அரசு செயலாளர்கள் உண்மையிலேயே கரிசனம் கொள்ளத் தொடங்கினர். அரசு முகைமைகளினால் கட்டப்படும் அரசு கட்டிடங்களின் செலவைக் குறைப்பதற்கு ஏதாவது சாத்தியமான வழிகள் உண்டா என்பது பற்றி என்னிடம்

முதலில் அதிகாரப்பூர்வமற்ற வகையில் கேட்கப்பட்டது. இந்த தருணத்தில் எனது சக கட்டிடக்கலைஞர்களினிடையே நான் செல்வாக்கை இழக்கத் தொடங்கியிருந்தேன்.

என்னிடம் அரசு ஆவணக்கட்டிடத்தின் வரைபடம் காட்டப்பட்டதாக நினைவு. அதன் நுழைவுத் தாழ்வாரமானது பெரும் தொகையிலான படிக்கட்டுகளும் மிகையான அலங்காரங்களுடைய தூண்களைக் கொண்ட புனித பால் பெரிய தேவாலயத்தின் மேற்கு முகப்பைப்போல இருந்தது. பொது மக்கள் இது போன்ற கட்டிடங்களைப் பயன்படுத்தமாட்டார்கள் என்பதுடன் அதில் வேலை செய்பவர்களின் எண்ணிக்கையும் நாற்பதுக்கும் குறைவாகவே இருந்தது.

இவ்வளவு பெரிய முகப்பு தாழ்வாரம் எதற்கு என நான் கேட்டதற்கு திரு. ஜவஹர்லால் நேருவினால் அது திறக்கப்பட உள்ளதினால்தான் அவ்வளவு பெரிய முகப்பு தாழ்வாரம் தேவைப்படுகின்றது என விடை தரப்பட்டது. அரசு அலுவலர்களிடம் ஏற்பட்ட இந்த சிறு உராய்வுகளை நான் ரசித்தேன். அதோடு நான் அதிகாரப்பூர்வ ஆலோசகராகவும் ஆகி விட்டிருந்தேன்.

பல்வேறு காரணங்களுக்காக இமாலய வீட்டிலிருந்து நாங்கள் எங்களது வேர்களைக் கிளப்பி தெற்கு நோக்கி அதாவது கேரளாவிற்கு சென்றோம். உள்ளூர் மூங்கில் கட்டிடக்கலைப் பாணியில் உச்ச கட்ட அழகுடைய மாநிலம் கேரளா.

மீண்டும் நாங்கள் ஒரு தொலைவான கிராமப் பகுதியில் முதலில் எங்களுக்கான வீட்டையும் மருத்துவமனையையும் நாங்களாகவே கட்டினோம். அது முழுக்க முழுக்க உள்ளூரிலேயே கிடைக்கும் பொருட்களைக் கொண்டு உள்ளூர் பாணியிலேயே அமைக்கப்பட்டது.

வட இந்தியாவை விட முற்றிலும் மாறுபட்ட ஒரு அமைப்பில் வாழ்வதற்காக நாங்கள் இங்கு குடியேறினோம். கேரளாவிற்கும் இந்தியாவிற்குமான உறவானது பிரிட்டனுக்கும் மீதமுள்ள அய்ரோப்பாவிற்கும் உள்ள உறவைப் போன்று இருந்தது.

இங்குள்ள மக்கள் தனித்த மனப்பான்மையுடையவர்களாகவும் பெருமிதம் மிக்கவர்களாகவும் விளங்கியதோடு அவர்களின் வழிமுறைகளும் மிகவும் வித்தியாசமாக இருந்தது. அவர்கள் தங்களுக்கு தாங்களே பிறரை விட மேலானவர்களாக கருதிக் கொண்டனர்.

மிக கூடுதலான மக்கள் கல்வியறிவு பெற்று விளங்கினர். குறிப்பாக பெண்களும் நல்ல கல்வியறிவு பெற்று விளங்கினர். இதில் நன்மையும்

உண்டு தீமையும் உண்டு. எடுத்துக்காட்டாக உள்ளூர் கட்டிடப் பொருட்களைப் பயன்படுத்துவதற்கு நிறைய கவர்ச்சிகரமான வழிமுறைகள் உண்டு. தென்னை ஓலைகள் கீறி பின்னப்பட்டு ஓலைக்கூரையாக வேயப்படுகின்றது. இது பார்ப்பதற்கு இதமாகவும் தட்ப வெப்பத்திற்கு மிகச் சிறந்த காப்பாகவும் விளங்குகின்றது.

தங்கள் மேலதிக நேரத்தில் இந்தப் பின்னல் வேலையைச் செய்பவர்கள் அனேகமாகப் பெரிய பெண்கள்தான். இப்போது அனைத்து பெண்களும் பள்ளிக்கூடத்திற்கும் கல்லூரிகளுக்கும் செல்லத் தொடங்கி விட்டனர். எனவே வருடத்திற்கு ஒரு முறை செய்யப்படும் கூரை மறு வேய்தலுக்கு தேவையான தென்னங்கீற்றுகளைப் பின்னுவதற்கு நேரமும் இல்லை. அதற்கான ஆர்வமும் மங்கி விட்டது.

இது போன்ற பல காரணங்களுக்காக பழைய பாணிகளை கைவிட்டு, சிமிட்டியையும் வலுவூட்டப்பட்ட கற்காரையும் தாராளமாக பயன்படுத்தும் நவீனக் கட்டிடப்போக்கு வலுவடையத் தொடங்கியது.

நான் வழமையாக என் மனைவியின் மருத்துவமனை வேலைகளைப் பங்கு போட்டுக் கொள்வேன். ஆனால் கூடுதலாக கட்டிட வேலைகளில் ஈடுபட்டுவிடுவதனால் எனக்கு அதற்கு மிக குறைய நேரமே இருந்தது.

நிறைய ஆட்களும் நிறுவனங்களும் கட்டுமானச் செலவை குறைப்பதில் மிகுந்த ஆர்வம் காட்டினர். கேரளப் பேராயர் (Bishop) மாநாட்டிற்குப் பிறகுதான் இந்த ஆர்வம் கூடத் தொடங்கியது. அந்த மாநாட்டில் சராசரி ஏழை குடிமகனின் நல்வாழ்விற்காக ஒன்றிணைந்து உழைப்பதற்கான வழிகளைக் கண்டுபிடிப்பதற்காக முயற்சிக்கப்பட்டது.

இந்த மாநாட்டில் ஒவ்வொரு மாவட்ட கிளைப்பிரிவிலும் குறைந்த பட்சம் ஒரு மலிவான சிறிய வீட்டைக்கட்டி சாதி இன வேறுபாடு பாராமல் ஏழை குடும்பம் ஒன்றிற்கு அளிக்க கட்டாயம் முயற்சிப்பது எனப் பெரும் முழக்கங்களுடன் தீர்மானிக்கப்பட்டது.

ஆனால் மூன்று வருடங்கள் கழிந்த பிறகு பார்த்தால் ஓரிரண்டு வீடுகள்தான் அப்படி கட்டப்பட்டிருந்தன. இந்தத் தோல்வியை ஆராயக் கலந்தாய்வு ஒன்றிற்கு மார்கிரிகோரியஸ் என்ற திருவனந்தபுரத்து தலைமை குரு அழைப்பு விடுத்தார். அந்தக் கலந்தாய்வு அமர்வில் பங்கேற்றவர்கள் மலிவான கட்டிடம் என்று ஒன்று இல்லை என எளிதாக சொல்லி விட்டனர். குறைந்த விலை கட்டிடம் பற்றி பேசிக்கொண்டிருக்காமல் 40 சதுர அடியில் ரூபாய்

3000/=(%400/=அன்றைய மதிப்பு) சிறிய வீடு ஒன்றை இரண்டு வார கால அவகாசத்தில் கட்டித்தருமாறு கேட்டனர்.

அதே போல கட்டி முடிக்கப்பட்ட வீட்டைப் பார்ப்பதற்கு மாநாட்டின் பிரதிநிதிகள் (Representative) பார்க்க வந்தனர். வந்து பார்த்தவர்கள் இந்த வீடு ஏழைகளுக்கான மிக நல்ல வீடு என நாங்களே வியக்கதக்க வகையில் அறிவித்தனர். எனவே பாதி செலவில் கட்டக்கூடிய இது போன்றதொரு இரண்டாம் வீட்டை கட்டும்படி தலைமை குரு கேட்டார்.

இந்த தொடக்கத்திலிருந்து வரிசையாக சிறிய வீடுகள், பள்ளிக்கூடங்கள், மருத்துவ குடில்கள் (சிலிமிழிமிசி), மருத்துவ மனைகள், தேவாலயங்கள் எனக் கட்டப்பட்டன. என்ன நடக்கின்றது எனப் பார்க்க அரசு தலைப்பட்டது.

மாநில முதல்வரும் மனம் மாறி விட்டார். சிறு தொகையை ஒதுக்கி மாநில மொழி பயிலகத்தைக் கட்டும்படி அவர் கூறினார். இந்த தொகையில் கட்டுவது சாத்தியமில்லை என அரசின் பொதுப்பணி — வீடு கட்டுமானதுறை சொல்லி விட்டது. நான் கட்டினேன்.

அரசு நிறுவனங்கள், பகுதி அரசு நிறுவனங்களுக்கான எனது கட்டுமான பணி தொடர்ந்தது. குறிப்பாக சொல்வதென்றால் தாராளமான, கீர்த்தி மிக்க வளாகத்தை கொண்டுள்ள Centre For Development Studies (CDS) என்ற உலகப் புகழ்பெற்ற பொருளாதார நிபுணர்களால் நடத்தப்படுகின்ற நிறுவனத்தைக் கட்டினேன்.

இந்த நிறுவனத்தை திறந்து வைத்து உரையாற்றிய முதல்வர் பின்வருமாறு அறை கூவல் விடுத்தார்.

இந்த நிறுவனத்தை உருவாக்கி நடத்திய வழியிலேயே தங்களுடைய பொருளாதார கோட்பாடுகளையும் செயலாக்கி நிருபிக்க வேண்டும்.

இந்தக் காலகட்டத்தில் கட்டுமான துறையில் உள்ள தன்னல சக்திகளிடமிருந்து எனக்கு மிகப் பெரும் சிக்கல்கள் வரத் தொடங்கின. கட்டிடத்தின் மொத்த அல்லது பகுதி கட்டுமான செலவிலிருந்து குறிப்பிட்ட சதவிகிதம் அவர்களுக்கு ஊதியமாக கிடைத்துக் கொண்டிருந்தது. அவர்கள் செலவுத் தொகையை குறைக்க ஆயத்தமாக இல்லை. கைவினைஞர்களுக்கும் அதே போல்தான் ஊதியம் கொடுக்கப்படுகின்றது. அவர்களும் தங்களது ஊதியத்தை குறைக்க அணியமாக இல்லை. என்னிடம் வரும் வாடிக்கையாளர்கள் குறிப்பிட்ட தொகையைத் தந்து கட்டிடம் கட்டச் சொல்வார்கள். அத்துடன் நான் குறிப்பிடும் கட்டுமானச் செலவின் இரட்டிப்பு தொகைக்கு கூட கட்டிடங்களைக் கட்டவியலாது என வழமையான

கட்டுமானக் காரர்கள் குறிப்பிடுவதாக வாடிக்கையாளர்கள் சொல்வதைக் கேட்டு எனக்கு அலுத்து விட்டது.

செய்ய வேண்டிய விஷயம் என்னவென்றால் சொன்னதை செய்யக்கூடிய கொத்தனார்களையும், தச்சர்களையும் கொண்ட ஒரு குழுவைக் கூட்ட வேண்டும். அவர்கள் புதிய தொழில் நுட்பங்களை கற்பதோடு பழைய வீணானவற்றை கை விடுவார்கள். இந்த முறையானது எனக்கும், கட்டிடப் பணியாளர்களுக்கும், வாடிக்கையாளர்களுக்கும் இலாபகரமானதாக இருந்தது.

எடுத்துக்காட்டாக அவர்களில் சிலர் உன்னதமான செங்கல் கலைஞர்களாக ஆகியதோடு அழகான செங்கல் வேலைப்பாடுகளை உண்டாக்குவதில் அபரிமிதமான நிறைவும் பெற்றனர். லாரி பேக்கர் கட்டிடக்கலை என்றழைக்கப்படும் இந்த கட்டிடக்கலையின் முக்கிய அம்சங்களுக்குக் காரணமான கைவினைஞர்களுக்கு நான் கடமைபட்டிருக்கின்றேன். அவர்களின் உதவியோடுதான் என்னால் சிறிய வீடுகள் தொடங்கி 3000 பேர் வரை அமரக்கூடிய பெரிய தேவாலயம் உள்ளிட்ட எந்த ஒரு கட்டிடத்தையும் கட்ட முடிந்தது. மூன்று வகையான இருப்பிட தேவைக் குழுவினர்கள் இந்த செயல்திட்டத்தின் வாயிலாக பலன் பெறுவதை அறிந்து குறிப்பாக நான் மன நிறைவுற்றேன்.

எடுத்துக்காட்டாக ஒரு கடுங்காற்றில் மீனவ கிராமத்தின் குடிசைகள் கடலால் அடித்துச் செல்லப்பட்டன. அந்த மீனவ கிராமத்தின் வீடுகள் மீண்டும் லாரி பேக்கர் முறையில் கட்டப்பட்டன. ஏழைகளுக்கு மிகக் குறைந்த செலவில் நிறைய வீடுகளை பல நிறுவனங்கள் கட்டின. அதன் பிறகு சமூகத்தின் உயர்ந்த தட்டில் உள்ளவர்கள் தங்களுக்கான இருப்பிடங்களை எளிமையான குறைந்த செலவில் கட்டித் தருமாறு கோரினர்.

கீழ் நடுத்தர பிரிவு மக்களுக்கு குறைந்த செலவு கட்டிட தொழில் நுட்பம் என்பது ஒரு பெரும் வெகுமதிதான். உடைகளை உடுத்துவது கல்வி கற்பது பிள்ளைகளுக்கு திருமணம் முடிப்பது போன்றவற்றில் தங்களுக்கான ஒரு வாழ்க்கை படித்தரத்தை பேண வேண்டும் என கீழ் நடுத்தர பிரிவு மக்கள் நினைக்கின்றனர். ஆனால் அவர்களின் உழைப்பு ஊதியத்திற்குள் வீடு கட்டுவதற்கான சேமிப்பை சாதிக்க முடியவில்லை. அதை தங்களால் எட்ட முடியாத ஒன்றாகவே அவர்கள் கருதுகின்றனர்.

இப்போது அப்படிப்பட்டவர்கள் வீடு ஒன்றை கட்ட முடியும். செலவு குறைப்பது என்பதில் பொதிந்துள்ள தத்துவத்தை அவர்கள் விரைவாக புரிந்துக் கொள்கின்றனர். அத்துடன் வீடு கட்டுவதில் உள்ள உண்மையான முதன்மைத் தேவைகளையும் அவர்கள்

புரிந்து கொள்கின்றனர். குறைந்த செலவு கட்டிட நிபுணரை அவர்கள் நம்புகின்றனர். தங்களால் இயன்ற அளவிற்கு உதவிடவும் செய்கின்றனர்.

அரசானது மேலும் விருப்பத்தை தெரிவித்தது. அவர்கள் செலவு குறைப்பு வழிமுறைகளைப் பற்றி ஒரு அறிக்கை கேட்டனர். விநோதமான கருத்துக்களையுடைய ஒரு தனியாரிடம் அரசானது அதிகாரப்பூர்வமான அறிக்கை கேட்பதற்கு கடும் எதிர்ப்பு இருந்தது.

என்னுடன், வெளியிலிருந்து மூன்று அரசு நிபுணர்களும் சேர்ந்து அறிக்கையை முன்வைத்தோம். முதல்வர் ஒரு ஆய்வரங்கை கூட்டினார். அதில் இந்த அறிக்கை புடைத்து எடுக்கப்பட்டது. அறிக்கை பரிந்துரைத்தவற்றில் நடைமுறை சாத்தியமானவை ஏற்கப்பட்டன. சாத்தியமற்றவைகள் நிராகரிக்கப்பட்டனர்.

இறுதியாக அறிக்கையில் உள்ள அனைத்தும் ஏற்கப்பட்டன. ஆனால் வருடங்கள் பல கழிந்த பின்னர் அந்த அறிக்கையானது மிகச்சிறிய அளவில் மட்டும் நடைமுறைப்படுத்தப்பட்டிருந்தது.

தொழில் துறையில் உள்ளோர் கடினமான நடைமுறைக் கோட்பாட்டாளர்கள் ஆவர். செலவு குறைக்கும் கொள்கையை அவர்கள் நாட்டின் பல பகுதிகளுக்கும் எடுத்துச் சென்றார்கள். சிறிய வீட்டிலிருந்து பெரிய தொழிற் சாலைகள், வார்ப்படக் களங்களைக் கட்டுவது என்பது பெரிய விஷயம்தான். ஆனால் அது சாத்தியமாயிற்று.

சக்கரம் தனது சுற்றை முழுமையாக்கிவிட்டது. இந்த தொழிலதிபர்கள் மாற்றுதிறனாளிகளை வேலைக்கு அமர்த்துகின்றனர். நானோ அவர்களுக்கான பெரும் தொழிற்சாலைகளைக் கட்டுவதுடன் மாற்றுதிறனாளிகளுக்கான பயிலகங்கள், விடுதிகள் ஆகியவற்றையும் கட்டுகின்றேன்.

இறுதியாக எனது பணி வாழ்க்கையில் நிலை பேறாக நான் கண்டது இதுதான்: திட்டமிடுதலும் வடிவமைப்பதுமான இந்த முழுத் தொழிலானது களிப்பும் ஈர்ப்பும் நிறைந்த ஒன்றாக மாறி விட்டது.

எப்போதும் இயற்கைக்கு நெருக்கமாக வாழ்ந்து வருவதால் இறைவனின் படைப்பின் வடிவமைப்புகளில் நான் நிறைய படிப்பினைகளை கற்றுக் கொண்டேன். சதுரமும் நீள்சதுரமும் மிக அரிதாகவே இருந்தன. வளையமானது மிக கூடுதலாக பயன்படுத்தப்பட்டிருந்தது. நேர் கோடு என்பது அரிதுதான். ஆனால் வனப்பு மிக்க வளைகோடுகளை நிறைய காண முடிந்தது.

சுவையான அறிவியல் அவதானம் என்னவென்றால் ஒரு நிலப் பரப்பினை சூழ சுவர் கட்டும்போது அந்த பகுதியானது வட்ட வளையமாக இருந்தால் சுவரின் நீளம் குறையும். ஆனால் அந்த நிலப்பகுதியானது சதுரமான நீள் சதுரமான அமைப்பில் இருந்தால் சுவரின் நீளம் கூடுதலாகும். செலவு குறைக்கும் நடவடிக்கைகளில் இது இன்றியமையாத ஆக்கக்கூறாகும். அத்துடன் வெளி அல்லது இடம் தொடர்பான திட்டமிடுதலில் ஏற்படும் சிக்கல்களுக்கு சதுரம் நேர் கோடுகளுக்கு மாற்றாக வட்ட வளையத்தையும் வளை கோட்டையும் பயன்படுத்தி விடை கண்டுள்ளேன். அதன் மூலம் கட்டிடமானது களிப்பு நிறைந்ததாக ஆகிவிடும்.

லாரி பேக்கர் பாணியிலான குறைந்த விலை கட்டிடக்கலை தொடர்பான இணைய தளங்கள்:

<http://lauriebaker.net/>
<http://www.costford.com/architecture.htm>
<http://www.lauriebakercentre.org/>
<http://www.earth-auroville.com/index.php>

தமிழில்: சாளை பஷீர்

(பென்குயின் வெளியிட்ட லாரி பேக்கர் என்ற புத்தகத்திலிருந்து)

லாரி பேக்கர்

1. முன்னுரை: லாரி பேக்கர் ஓர் அறிமுகம்: கௌதம் பாட்டியா
2. லாரி பேக்கர் கட்டிடக்கலையைப் பற்றி லாரி பேக்கர்
3. என்னுரை
4. லாரி பேக்கர்
5. சீனாவில் லாரி பேக்கர்
6. பர்மாக் காடுகளில்
7. மாற்றத்தை உருவாக்கிய சந்திப்பு
8. மீண்டும் இந்தியாவுக்கு
9. எலிசபெத் சந்திப்பு
10. காலமெல்லாம் காத்திருப்போம்
11. இல்லறம்
12. திக்கற்ற பயணம்
13. இமயத்தை எட்டினோம்
14. எங்கள் மருத்துவமனை
15. சாங்டாங் வாழ்க்கை
16. மக்களுடன் உறவு
17. போத்யா பழங்குடி மக்கள்
18. நட்பு இல்லம் மித்ர நிகேதன்
19. அறிவொளிக் கிராமம்
20. நேபாளம் சென்றோம்
21. கேரளம் திரும்பினோம்
22. வாகாமோன் வாழ்க்கை
23. கேரளத்தில் லாரியின் கட்டிடங்கள்
24. லாரியின் தரவாடுகள்
25. கேரளத்தில் லாரியின் கை வண்ணம்
26. வாழ்க்கைப் படகு
27. கட்டிடக் கலைஞர் லாரி
28. நிறைவாக

என்னுரை

எலிசபெத் பேக்கர்

தன்னலமில்லாதத் தாவே ஞானி
தடையெதுமின்றிப் பாயும் அருவி
செயலால் எவரையும் வருத்தா மென்மலர்
நல்லவன் என்றோ உத்தமன் என்றோ
தன்னைக் கருதா காட்டு மலரவன்
களையெதும் பிணைக்காத் தாவோ ஞானி
சிறைப்பட விரும்பா வான் மேகம்
தன்னலம் கருதா தியாகச் செஞ்சுடரவன்
பிறர் செயல் போற்றும் பரந்த மனத்தினன்
காசைக் குவிக்கும் ஆசை துறந்தவன்
ஏழ்மையைப் பெரிதாய் கருதாச் சித்தன்
தன் வழி சரியெனப் பயணம் தொடர்பவன்
யார் துணை வருவார் என எதிர்பாராதவன்
தனிவழி தனதெனும் பெருமிதம் கொன்றவன்
மந்தை ஆடெனப் பின் செல்லாதவன்
செல்லும் எவரையும் குறை சொல்லாதவன்
போற்றலும் தூற்றலும் சமமெனும் நிர்மலன்
பட்டம், பதவிகள் துரும்பெனும் மலையவன்
சரியோ, தவறோ சரியென ஏற்பவன்
தன்னை இழந்த தாவோ ஞானி
தண்ணீர் போல வடிவில்லாதவன்
காற்றைப் போல சுயமில்லாதவன்
எவரும் அறியா ஆத்ம சொரூபன்

சௌயாங் சூ வின் இந்த வரிகள் தான் லாரியைப் பற்றிச் சிந்திக்கும்போது என் மனதில் நிழலாடுகிறது. இதுதான் லாரி. நான் 1946 இல் லாரியைச் சந்தித்தேன். அதன் பின் எங்கள் வாழ்க்கை நதியில் நிறைய நீர் வழிந்தோடிப் போனது. அவருடன் அறுபதாண்டுகளைப் பகிர்ந்து வாழ்ந்து விட்டேன் மாறுபட்ட பயனுள்ள வாழ்க்கை அது.

லாரி எனக்கென வடிவமைத்து தந்த இந்த ஆடு நாற்காலியில் அசைந்த வண்ணம் எங்கள் வாழ்க்கையை அசைபோடுகிறேன். எனது இந்த அறையினுள் அடுத்த கரடுமுரடான அவா, அகண்டசாலை அதில் ஓடும் வாகனங்கள், பின்புலத்துப் பெறும் மலைத்தொடர் எல்லாம் நுழைந்தோடும் எங்களின் இந்த படுக்கையறை, வாழ்வறையிலிருந்து எங்கள் கடந்த காலத்தை நினைவு இடம் கொடுக்கும் அளவுக்கு அசைபோட முயல்கிறேன். அகஸ்திய பருவத்தில் அந்திச் சூரியன் செந்நிற ஒளியுடன் விழித்தெழத் துவங்குகிறான். மாலையில் எதிர்ப்புற ஜன்னலில் அந்திச் சூரியன் களைத்து ஓய்வு பெற மற்றொரு மலைப் படுக்கைக்கு ஓடுவான், பச்சை, மஞ்சள், சிவப்பு, வெள்ளை என பயனின்றிப்போன பாட்டில்கள் அடுக்கிய அந்த ஜன்னல் ஜாலி வண்ண விளையாட்டு காட்டும். கண்ணாடி ஓவியமாய் விவிலியம் கூறும் தேவாலயப் பிரதி என லாரி இதை வியப்பார்.

ஓய்வில்லாச் சாலையின் புழுதி மாசுக்களை வடிகட்டித் தரும் எங்கள் அறையின் முன் வளர்ந்து நிற்கும் மரங்களும், புதர்களும் மாலை மயங்கத் துவங்கினால் பறவைகளின் வீடாகிவிடும் இந்த மரங்களில் மைனாக்கள் ஓய்வெடுக்கும். பச்சை பார்பெட்டுகள் புதரில் ஒண்டும். வண்ணமயமான தேன் சிட்டுகள் தேடித் தேடி ஓடும். மரங்கொத்திகள் தந்தியடிக்கும். வண்ணத்துப் பூச்சிகள் வானத்திற்கு வண்ணம் தீட்டும். பூக்களை தேடித் தேடிச் சென்று தேன் எடுக்கும் தேனீக்கள். இருண்ட பின்னும் உறக்கமில்லாப் பறவைகள் சில ஒலியெழுப்பி இடம் மாறும்.

நகர்ப்புற பரபரப்பின் நடுவே ஒரு அமைதித் தீவாய் எங்கள் வீடு. எத்தனை மகிழ்வான, பயனுள்ள வாழ்க்கை நாட்களை நாங்கள் இங்கே பகிர்ந்து கொண்டுள்ளோம். சவால்கள் நிறைந்த துவக்க காலம், சாகசமான 16 ஆண்டுகால இமாலய அனுபவங்கள். தன்னலமற்ற மாமனிதர்கள் உறவு, தலை சாய்க்கக்கூடு என்ற மானுடத் தேவை தர லாரி மேற்கொண்ட மனிதாபிமான உருவாக்கங்கள் வேதனை போக்கி சுகமளித்த சேவை நாட்கள் என கடந்தகால நிகழ்வுகளில் பின்னோக்கிப் பயணிக்க முயல்கிறேன்.

நான் பெரும் எழுத்துக்கலை விற்பன்னர் அல்ல. அழகு மொழிப் படைப்பாளியும் அல்ல. ஆனால் ஒவ்வொரு மனித வாழ்வும்

வரலாற்றுச் சாசனமே. லாரியுடனான என் வாழ்வும் அப்படியே. தாமதமாகவே இந்தப் பதிவு முயற்சியைத் துவங்கியுள்ளேன் என்ற ஆதங்கம் உண்டு. என்ன செய்ய சுயம் பற்றிச் சிந்திக்க விடவில்லை செயல் செறிந்த வாழ்க்கை ஓட்டம். நோய்வந்து சாய்க்கும்வரை, நேற்றை அசைபோட நேரமின்றி ஓடினோம். இனி என்ன? ஓய்வாகக் கடந்த காலத்தை அசை போடுகிறேன். எத்தனை நினைவிருக்குமோ? எத்தனை மறந்து போகுமோ?

எனினும் இம்மண்ணுடன் கலந்து போன டாடியை, அவருடன் கலந்த என் வாழ்க்கையை பதிவு செய்வது என் கடமை. என் நினைவு என் பதிவு இது.

லாரி பேக்கர்
எலிசபெத் பேக்கர் 10.1.08

லாரன்ஸ் வில்பர்ட் பேக்கர் 1917 மார்ச் 2 அன்று இங்கிலாந்தில் பர்மிங்ஹாமின் நகரில் பிறந்தார். அப்பா சார்லஸ் பெட்ரிக் பேக்கரும், அம்மா மில்லியும் பக்தி மிக்க மெத்தடிஸ்ட் கிருஸ்தவர்கள். தேவாலப் பணிகள், தேவாலய இசைக்குழு ஆகியவற்றில் மிகுந்த ஈடுபாடுகொண்டவர்கள். கட்டிடங்களின் மீதான பேக்கரின் காதல் சிறுவயதிலேயே தொற்றிக் கொண்ட ஒன்று. அப்பாவுடன் விடுமுறை நாட்களில் பழைய தேவாலயங்கள், வீடுகள், மாளிகைகளைத் தேடிப்போய் பார்ப்பதில் துவங்கியது அவரின் கட்டிடக் காதல்.

பள்ளியில் படிக்கும்போது பேக்கர் சுமாரான மாணவரே. எதிர்காலம் பற்றிய பெரும் கற்பனை, திட்டம் எதுவுமின்றி வளர்ந்தார். ஆனால் நண்பர்கள் கட்டிடம் சார்ந்த கல்விபேக்கருக்குப் பொருந்தும் என்றனர். பார்மிங்ஹாம் கட்டிடக்கலைப் பள்ளி, அப்போது கலைப் பள்ளியின் ஒரு பகுதியாகவே துளிர்த்துக் கொண்டிருந்தது. பள்ளிப் படிப்பை முடிந்ததும், அப்பா பேக்கரை கட்டிடக்கலைப் பள்ளியின் முதல்வரிடம் கூட்டிச் சென்றார். பேக்கரின் பள்ளிச் சான்றிதழைப் பார்த்த முதல்வர், அவரது மதிப்பெண்கள் சுமாராகவே இருப்பதைக் கண்டு, "ஓவியம் வரையத் தெரியுமா?" என்று கேட்டார். முதல்வர் தன் மேஜை மீதிருந்த தேநீர்க்குடுவையைக் காட்டி 'வரை' என்றார். சில கோடுகளில் தேநீர்க் குடுவை காகிதத்தில் உருவானது. திருப்தியுடன் முதல்வர், "கட்டிட மாதிரி செய்யத் தெரியுமா?" என்றார். தான் அப்பாவுடன் சுற்றிப் பார்த்த தேவாலயங்களின் மாதிரியை வீட்டில் செய்து வைத்திருப்பதாக பேக்கர் சொன்னார். "ஓடிப்போய் எடுத்து வா" என்றார். பேக்கரின் மாதிரிகள் முதல்வரை திருப்திப்படுத்தின.

1933 இல் பர்மிங்ஹாம் கட்டிடக்கலைப் பள்ளி மாணவரானார் பேக்கர். 1938 இல் ராயல் பிரிட்டிஷ் கட்டிடக்கலை நிறுவனத்தின் உறுப்பினரானார். 1939 இல் இரண்டாவது உலகப்போர் துவங்கியது. போர் மக்கள் வாழ்வுக்கும் குண்டுபோட்டது. போரே உலகின் தொழிலாகிப் போனது. பேக்கர் கட்டிடக்கலையை விட்டுவிட்டு ராணுவ வேலைக்கு போக நேர்ந்தது.

'க்வாக்கர் நண்பர்கள் சமூகம்'

இளம் வயதில் பேக்கர் ஆழ்ந்த பக்தி கொண்ட கிருஸ்துவர். வயது வளர வளர நம்பிக்கைகள் கேள்விக்குள்ளாகின, மரபு சார்ந்த மதக் கல்வி மீதான நம்பிக்கை மங்கியது.

'க்வாக்கர்கள் எனும் நண்பர்கள் சமூகத்தின் நட்பு கிடைத்தது. இவர்கள் போரை மறுப்பவர்கள், மானுடம் பேணுபவர்கள். நடைமுறை தேவாலயச் செயல்பாடுகளை ஒதுக்கி, ஏசுவின் பாதையை உண்மையாய் ஏற்று வாழ்பவர்கள். அமைதியின் இளவரசர் ஏசுவின் பிள்ளைகளாகிப் போரிட மறுத்து, வன்முறை மறுத்து அன்பு வழி நடப்பவர்கள்.

முதல் உலகப்போர் மக்களைத் துயரக் கடலில்மூழ்கடித்தது. வேதனையில் தவித்த மக்களின் துயர் தீர்க்க க்வாக்கர் குழுவினர் "நண்பர்கள் ஆம்புலன்ஸ்' என்ற அமைப்பின் மூலம் சமாதான சேவைப் பணியில் ஈடுபட்டிருந்தனர். இந்த சமாதான சேவையாளர்களே பேக்கரின் சிந்தனைப் பாதையைச் சீரமைத்தனர்.

இரண்டாம் உலகப்போர் உலகை ரணகளமாக்கியது. பாதிக் கப்பட்ட மக்களுக்கு உதவ மீண்டும் "நண்பர்கள் ஆம்புலன்ஸ்" புதுப்பிக்கப்பட்டது. க்வாக்கர்கள் சமாதானத் தொண்டர்களாக உலகெங்கும் உதவிக்கு ஓடினர். நண்பர்கள் ஆம்புலன்ஸ் குழுவிலோ, மனசாட்சிக் காவலர்கள் குழுவிலோ சேருவது அவ்வளவு எளிதானதல்ல. போருக்கு பயந்து சமாதானம் பேசும் ஏமாற்றுக்காரர்களை க்வாக்கர்குழு ஏற்றுக் கொள்ளாது. வன்முறையற்ற வாழ்வை வாழ்வு முறையாக ஏற்றுக் கொண்ட ஏசுவின் உண்மை மக்களே அவற்றில் உறுப்பினராக முடியும்.

போர் துவங்கியவுடன் இங்கிலாந்தின் இளைஞர்கள் அனைவரும் ராணுவத்தில் சேர வேண்டும் என அரசு உத்தரவிட்டது. க்வாக்கர் அமைதி அமைப்பின் நண்பர்களுக்கும் ஆம்புலன்ஸ் குழுவில் உறுப்பினராக இருந்த பேக்கருக்கும் இராணுவத்தில் சேர அழைப்பு வந்தது. வன்முறைப் போரில் சேர மறுக்கும் க்வாக்கர் உறுப்பினர்கள், விலக்குப் பெறுவதற்கு சிறப்பு விசாரணை மன்றத்தில் தாங்கள் உண்மையாகிலுமே ஏசுவழியில் அமைதியைப் போற்றுகிறவர்கள், போர் வன்முறை எமது மத நம்பிக்கைக்கு எதிரானது என்பதை நிரூபிக்க வேண்டும். பேக்கர் கொலை வெறிப் போர் எதிர்க்கும் தனது க்வாக்கர் வாழ்வு முறையை நிரூபித்து போர்ப் பணி விலக்குப் பெற்றார்.

முதல் உலகப் போரின் போது போர் முறை வீரர்கள் ஒருவருடன் ஒருவன் நேரடியாகப் போரிடுவதாகவே இருந்தது. பிரான்சில் போர் தீவிரமாக நடக்கும் களத்திற்குக் க்வாக்கர் குழுவினர் தமது

ஆம்புலன்சுடன் சென்று, காயம்பட்டு விழும் வீரர்களைத் தூக்கி வந்து, தமது மருத்துவமனையில் சேர்த்து உயிர் காப்பார்.

ஆனால் இரண்டாவது உலகப்போர், போரின் தன்மையையே மாற்றிவிட்டது. வானில் பறந்துவரும் விமானங்கள் குண்டுகளை வீசும், குண்டு விழும் இடத்தில் உள்ளவர்கள் கருகிச் சாவார்கள். கட்டிடங்கள் இடிந்து நொறுங்கும். மக்கள் நசுங்கிச் சாவார்கள். போரில் ராணுவ வீரர்கள் தான் சவார்கள் என்ற போர் நீதியைக்கூட அழித்து விட்டது நவீன போர் விஞ்ஞானம். போரினால் சாகும் அப்பாவி மக்களின் எண்ணிக்கை, ராணுவ வீரர்களை விட அதிகமாகி வருகிறது. தொழிற்சாலைகள், வயல்வெளிகள் கூட போர்க்களங்கள் போல அழிக்கப்படுகிறது. உணவு கொண்டு செல்லும் வாகனங்களும் கப்பல்களும்கூட அழிக்கப்படுகிறது. ஐரோப்பாவின் ஒவ்வொரு நகரங்களிலும் பதுங்கு குழிகள் வெட்டப்பட்டன. இரவு விமானத் தாக்குதலுக்கு பயந்து வீடுகளை விட்டு, பதுங்கு குழிகளில் குவிந்து உறங்கினார்கள். மறுநாள் காலை அது புதைக் குழியாக மாறிப் போய் விடலாம்.

க்வாக்கர்கள் டாக்டர்களாகவும் நர்சுகளாகவும் பணியாற்ற குறுகிய காலப்பயிற்சி பெற்றனர். பேக்கர் லண்டனில் ஒரு பெரிய மருத்துவமனையில் மயக்குனர் பயிற்சியும் அறுவை சிகிச்சையின் போது உதவவும் பயிற்சி பெற்றார். கூடவே பிரசவம் பார்க்கவும் பயிற்சியும் பெற்றார். ஒரு நகரமே அழிக்கப்படும்போது அதில் கர்ப்பிணிப் பெண்கள் இல்லாமல் போகமாட்டார்களே. அறுவை சிகிச்சைக்கு மயக்கம் தருவதும் க்ளோரா பார்ம் மருந்தை முகமுடி மீது ஊற்றி சுவாசிக்கச் செய்வதே.

இரவு பகல் பாராமல் குண்டு வீச்சில் காயம் பட்டவர்களைத் தூக்கிவரவும், மருத்துவம் தரவும் க்வாக்கர் சேவைக் குழுவினர் தயராக இருப்பர். பின் பேக்கர் இங்கிலாந்தின் தெற்குக் கடற்கரைப் பகுதியிலிருந்த துறைமுகம் ஒன்றுக்கு அனுப்பப்பட்டார். எதிரிகள் நீர்மூழ்கிக் கப்பல் மூலம் மற்றவர்களின் கப்பல்களை அழிப்பதாகவும், துறைமுகத்தில் குவிக்கப்பட்டிருக்கும் உணவுப் பொருட்களை கொள்ளையிடவும் தாக்குதல் தொடுப்பார். எனவே பிரிட்டிஷ் வீரர்களுக்கு மட்டுமின்றி, எதிரிகளின் வீரர்களுக்கும் மருத்துவ உதவி செய்வதை அவர்கள் கடமையாகக் கொண்டனர்.

சீனாவில் லாரி பேக்கர்

சீனாவிற்கான பயணம் மிக நீண்டதும், அபாயகரமானதும் ஆகும். செய்தித் தொடர்பு சுத்தமாக இல்லை. கடற்பயணத்தின்போது எதிரிகளின் போர்க்கப்பலும், நீர் மூழ்கியும் எந்த வேளையிலும் தாக்கும் 'அபாயம்' உண்டு. எனவே இரகசியப் பயணம் தான் செய்ய முடியும். கப்பலின் மாலுமிகளுக்குக்கூட பயணப்பாதை ரகசியம்தான். பிரிட்டிஷ் தீவுகளைச் சுற்றிலும் ஜெர்மன் கப்பல்களும், நீர் மூழ்கிகளும் பிரிட்டனுக்கு எவ்வித உணவும், உதவிப் பொருட்களும் போகாமல் முற்றுகையிட்டு நின்றன. பிரிட்டனுக்கு எந்தக் கப்பலும் வருவதும் ஆபத்தானது.

எங்கள் ஆம்புலன்ஸ் சேவை நண்பர்கள் ஆறுபேரும், சில இந்தியர்களும் துரக் கிழக்குக்குப் பயணம் செய்யும் கப்பலில் இந்தியா நோக்கிய பயணத்தை மேற்கொண்டனர். இந்தியர்கள் தங்கள் தாய் நாட்டுக்குத் திரும்ப நினைத்தனர். அவர்களுடன் லாரியும் அவரது சேவையாளர்களும் ஒரு நள்ளிரவில் புறப்பட்டனர். ஸ்காட்லாந்திலிருந்து புறப்பட்ட அவர்கள் பாதுகாப்பாக கல்கத்தா சென்றடைய வேண்டும். ஆபத்தான பயணம் சாதாரணமாகக் கப்பல் செல்லும் பாதையில் பயணிக்காமல் எதிரிகளின் கப்பல்களை ஏமாற்றிப் பயணிக்க வேண்டும். சூயஸ் கால்வாயும் மூடப்பட்டிருந்தது. எனவே ஆப்பிரிக்கவைச் சுற்றிக் கொண்டு இந்தியா செல்ல வேண்டும்.

சாதாரணமாக இங்கிலாந்திலிருந்து இந்தியாவுக்குக் கப்பலில் சென்றடைய 3 வாரங்களாகும். ஆனால் லாரி சென்றபோது 3 மாதங்களாகப் பயணம் நீண்டது. எதிரியின் தாக்குதலிலிருந்து தப்பிக்க பல வழிகளை மாற்றி மாற்றி சுற்றுப் பாதையில் பயணம் செய்ய நேர்ந்தது. பயணக்காலமும் தூரமும் அதிகரித்தால் உணவுக்காகவும், எரிபொருளுக்காகவும் தூரத்துத் துறைமுகங்களைத் தேடிச் செல்ல நேர்ந்தது. வழியில் புயற்காற்றைச் சந்திக்க நேர்ந்தது. கப்பல் அலை கடலில் தடுமாறியது. ஏற்றிவந்த உருளைகள் வேறு ஒரு புறமிருந்து மறுபுறம் ஓடி கப்பலைத் தத்தளிக்கச் செய்தது. இரும்புக் குழாய்கள் அடித்தளத்தில் ஒன்றுடன் ஒன்று மோதும் சத்தம் அலையின் பேரோசையை விஞ்சி குண்டு போடுவது போல அச்சுறுத்தியது. ஒவ்வொரு கணமும் சோதனை மிகுந்ததாக மாலுமிகளையும், பயணிகளையும் கலங்கச் செய்தது. கிட்டத்தட்ட குண்டு மழைப் பொழிவில் சிக்கிய நகரத்தைப் போன்ற திகிலுடன் ஒவ்வொரு நிமிடத்தையும் கழித்தோம். ஒவ்வொரு இரவும் எப்படி விடியுமோ என்ற அச்சத்தில் கழிந்தது. சூறாவளியும், புயலும் கப்பலை உடைத்துவிடுமோ என்ற பயத்திலேயே ஒவ்வொரு நாளும் கழிந்தது. ஒரு வழியாக ஆப்பிரிக்காவின் தென் முனையை எட்டினோம். பின் டர்பன் துறைமுகத்தைத் தொட்டோம்.

நான் பெரும்பாலும் மயக்கம் கொடுப்பதில்தான் ஈடுபட்டிருப்பேன். நிச்சயமாக வாகனம் ஓட்டுவதைவிடவும் திறமையாக இதைச் செய்வேன். சாப்பிடக்கூட நேரமிருக்காது. வேலைஞ் வேலைஞ் வேலை. முடிந்தவுடன் மூட்டைக்கட்டிக் கொண்டு அடுத்த ஊர்ப் பயணம் காட்டில் ஒளிவது. ஆற்றில் குளிப்பது எனப் பயணம் தொடர்ந்தது.

கடைசியாக நாகாலாந்து வந்து சேர்ந்தேன். ஜப்பானியர்களால் துரத்தப்பட்ட அகதிகள் எங்களுடன் பயணம் செய்தனர். எந்த விளைச்சலோ, எந்த பெரிய வளமும் அற்ற இந்தக் காட்டில் ஜப்பானியர் ஏன் துரத்தி வருகிறார்கள்? புரியவில்லை. நாகாலாந்து மக்களுக்கு போர்ப் பற்றிய தகவலோ, ஜப்பானியர் பற்றிய பயமோ சிறிதும் இல்லாதவர்களாக இருந்தார்கள். குள்ளமான அவர்கள் குறைவான ஆடைகளையே அணிந்தனர். கையில் வில்லும் தோளில் அம்பும் சுமந்துக் கொண்டிருந்தார்கள். எப்படியும் கல்கத்தா சென்றுவிட வேண்டும் என நினைத்தோம். எப்படி என்பதுதான் தெரியவில்லை.

நாங்கள் ஷில்லாங்கில் உள்ள கிருஸ்துவ மருத்தவமனையைச் சென்றடைந்தோம். அஸ்ஸாமில் மோசமான மலேரியாவால் பாதிக்கப்பட்டேன். மற்றவர்கள் கல்கத்தா சென்று விட்டனர். அப்போது வங்காளத்தில் கொடிய பஞ்சம் நிலவியது. எனவே எங்கள்

க்வாக்கர் நண்பர்கள் கல்கத்தாவில் தங்கி மக்களுக்கு மருத்துவ சேவையும் உணவு வழங்கவும் உதவினர். பின்னர் கல்கத்தாவிலிருந்து சீனாப் புறப்பட்டுச் சென்றனர்.

அறுபதாண்டுகள் கடந்த பின் இடங்களின் பெயரோ, சம்பவங்களோ சரியாக நினைவில் இல்லை. ஓட்டம், குண்டு வீச்சு, காடு ஆற்றில் குளியல், மருத்துவச்சேவை, ஆம்புலன்ஸ் பயணம் என முடிவில்லாத திரும்பத் திரும்ப அதே மாதிரி நினைவுகள்தான். ஊர்கள், ஆறுகள் பெயர்கள் வேண்டுமானால் மாறலாம். ஆனால் நிகழ்வுகள் ஒரே மாதிரி தான்.

ஆறுகளைக் கண்டவுடன் கரையோரம் உள்ள ஊருகளைத் தேடிச் செல்வோம். தேவையான மருத்துவ உதவிகளைச் செய்வேம். மக்கள் உதவியுடன் ஆற்றைக் கடப்போம். இனி அடுத்த ஆறு, அடுத்த ஊர் எனப் பயணிப்போம். மக்கள் எங்களிடம் நன்றியுடனும் அன்புடனும் பழகினர். போரின் கொடுமைக்கு ஆளாவது போரிடும் இராணுவ வீரர்கள் மட்டுமல்ல, அப்பாவி மக்களும்தான். நாங்கள் அனைவருக்கும் மருத்துவம் செய்வோம். இராணுவ வீரர்களுக்குக் கிடைக்கும் உதவி மக்களுக்குக் கிடைப்பதில்லை. எனவே அவர்கள் மீது எங்களுக்குச் சிறப்பு கவனம் இருந்தது. போர் மனித குலத்தின் மீதான மோசமான சாபம். பர்மாவிலும், சீனாவிலும் உலகப் போரின் கோரமான கொடுமைகளையும், துயரங்களையும் அனுபவித்த நான் போரைவிட மிக மோசமான பாவம் உலகில் எதுவுமில்லை என்று உறுதியாக சொல்வேன்.

அமெரிக்காவிலிருந்து குவாக்கர் குழுவினர் அனுப்பிய ஆறு லாரி சாமான்கள் ஏற்கனவே வந்து குவிந்து விட்டன. அவற்றை இணைத்து ஓடும் நிலைக்குக் கொண்டுவர வேண்டும். மருந்துகளை ஏற்றிக் கொண்டு சீனாவின் உட்பகுதிக்குச் செல்ல வேண்டும். சீனாவுக்கான எல்லாப் பொருட்களும் இந்தியா, பர்மா வழியாகத்தான் சென்றாக வேண்டும். 'பர்மா சாலை' அப்போதுதான் உருவாக்கப்பட்டு வந்தது. சீனா சென்றடையும் முன் பல ஆறுகளைக் கடந்தாக வேண்டும். பாலங்கள் மரத்தால் கட்டப்பட்டன. மிகக் குறுகலான அந்த மரப்பாலத்தில் கனமான லாரிகளை ஓட்டிச் செல்வது மிகப் பெரிய சாகச முயற்சிதான். ரங்கூனிலிருந்து நாங்கள் சென்றடைய வேண்டிய குட்சிங் பல நூறு மைல் தொலைவில் சீனாவின் தென்மேற்குப் பகுதியில் உள்ளது. பயணம் எங்களுக்கு ஒரு அபூர்வ அனுபவம். இருபது வயதிற்குட்பட்ட டாக்டர்கள், பத்திரிகையாளர்கள், பொறியியலாளர்கள், கட்டிடக்கலைஞர்கள் கொண்ட குழு இந்த சாகசப் பயணத்தைத் துவங்கியது.

லாரி பற்றி லாரியின் அறிவு மிகக் குறைவே. லண்டனில் ஒரு குறுகியக் காலப் பயிற்சியை சீனா புறப்படும் முன் பெற்றார்.

கூடவே ஓட்டுனர் பயிற்சியும் தரப்பட்டது. லாரிக்கு எப்போதும் மெக்கானிக்கல் விஷயங்களில் ஒரு வெறுப்பு உண்டு. லாரி எப்படித்தான் அந்த சிரமமான மலைப் பாதையில் எப்படி ஓட்டிக் கொண்டு போய்ச் சேர்ந்தார் என்பது ஆச்சரியம்தான். குட்சிங் போய்ச் சேர பத்து நாட்களாகிப் போனது.

லாரி குட்சிங்கில் ஏற்கனவே இருந்த குவார்க்கர் குழுவுடன் போய்ச் சேர்ந்து கொண்டனர். குட்சிங் ஒரு பொருட்களின் சேமிப்பு மையம். இங்கிருந்துதான் உணவு, மருந்துகளும், பிற தளவாடப் பொருட்களும் பிற இடங்களுக்கு அனுப்பப்படும். லாரி இந்த மையத்தின் பொறுப்பாளராக நியமிக்கப்பட்டார். இங்கு லாரிக்குக் கட்டிட வடிவமைப்புப் பொறுப்பும் தரப்பட்டது. லாரி தான் கற்ற கலையைச் செயல்படுத்த முதன்முறையாக வாய்ப்புக் கிடைத்தது. சீனாவில் லாரிக்கு வழிக்காட்டும் மூத்த பொறியாளர் எவரும் இல்லை. கிடைக்கும் கட்டுமானப் பொருட்களைக் கொண்டும், கிடைக்கும் ஆட்களைக் கொண்டும் தான் கட்டிடத்தைக் கட்ட வேண்டும். லாரி பொறுப்பாளராக இருந்ததனால், தனக்குக் கீழ் பணிபுரிபவர்கள் நலனை கவனிக்க வேண்டிய பொறுப்பு அவருக்கு இருந்தது. புதிய சூழலில், பலருக்குச் சின்னம்மை உண்டாகிச் சிரமப்பட்டனர். தனது குழுவில் இருந்தவர்கள் நலனை அவர்கள் அனைவரும் பாராட்டும் வண்ணம் கவனித்தார். தனக்கு நோய் தொற்றும் என்ற உணர்வின்றி அனைவரையும் சிறப்பாக கவனித்தார். எனினும் அவருக்கு சின்னம்மை உண்டாகவில்லை. உணவு, தண்ணீர் என அனைத்தும் முறையாகக் கிடைக்கச் செய்தார். கூடவே அவர்கள் மகிழ்ச்சிக்காக லாரி இசைப்பதும் உண்டாம்.

லாரி குட்சிங் மையம் முக்கியமானது எனவே ஒவ்வொரு நாளும் விரிவாகிக் கொண்டே போனது. ரங்கூனுக்கும் செனங்டூவுக்கும் நடுவில் உள்ளது குட்சிங். செனங்டூவில்தான் பள்ளிகள், கல்லூரிகள், மருத்துவமனைகள் அனைத்தும் உள்ளன. குட்சிங்கில் இருந்தபோது, லாரி சீனாவின் பிற பகுதிகளுக்கும் சென்று வந்தார். பிட்சி என்ற இடத்தில் ஜெர்மனிய கன்னியாஸ்திரிகளின் சேவை முகாம் இருந்தது. லாரி அவர்களுடன் நட்புக் கொண்டார். பின்னாளில் அவரது வாழ்வின் பல மாற்றங்களுக்கும், முன்னேற்றத்திற்கும் அவர்கள் உறவு மிகவும் உதவியாக இருந்தது.

நாளாக நாளாக ஜப்பான், ஜெர்மனியின் கூட்டுஇப்பகுதியில் பலம் பெற்று வந்தது. அவர்கள் பிரிட்டிஷாருக்கு உதவிவந்த கப்பல்களையும், லாரிகளையும் தாக்கி உதவி எட்டாமல் செய்வதை முக்கிய யுக்தியாக கொண்டு செயல்பட்டனர். உணவு, மருந்துகள் போன்றவை லாரி மூலமாகத்தான் வந்தாக வேண்டும். செய்தித் தொடர்புகளும் அவர்களால் துண்டிக்கப்பட்டு, தகவல்கள்

பெறுவதும் சிரமமானது. பர்மா — சீனா எல்லையில் உள்ள லாசியோவுக்கு நிறைய மருந்துகளும், மருத்துவச் சாதனங்களும் வந்து சேர்ந்திருந்தன. அறுவை சிகிச்சை வசதிகள் அனைத்தும் கொண்ட வாகனம் ஒன்றும், எக்ஸ்ரே பரிசோதனைகள் வசதி கொண்ட வாகனம் ஒன்றும் வந்து சேர்ந்திருந்தது. அவற்றை வந்து சேரா வண்ணம் தடுக்க ஜப்பானியர் அனைத்து தாக்குதல் முயற்சிகளையும் மேற்கொண்டனர். பர்மியர்கள் ஜப்பானியர்களுக்கு பயந்து காடுகளில் ஓடி ஒளிந்தனர். அந்த வேளையில் லாரியும், அவருடன் சிலரும் பொருட்களை எடுத்துச் செல்ல லாஷிடூவுக்கு வந்து சேர்ந்தனர். ஆனால் அவர்கள் வரும் முன்பே ஜப்பானியப் படையினர் லாஷிடூவுக்கு வந்து விட்டனர். அவர்கள் சீனாவிலுள்ள பிரிட்டிஷாருக்குப் பொருட்கள் சென்று சேர்ந்து விடக்கூடாது என்பதற்காக எப்படியும் பர்மா சாலையையும், பாலங்களையும் தகர்த்துவிட வேண்டும் என்று முடிவு செய்திருந்தனர். லோஷியோ நகரமே பயத்திலும், குழப்பத்திலும் மூழ்கிக் கிடந்தது. மக்கள் கையில் கிடைத்ததை எடுத்துக் கொண்டு காடுகளுக்குள் ஓடி ஒளிந்தனர். சிலர் இந்தியாவுக்கு ஓடினர்.

எப்படியோ லாரியின் குழுவினர் இரண்டு லாரிகளையும் சீன எல்லைக்குள் வெற்றிகரமாகக் கொண்டு வந்துவிட்டனர். லாரி லோஷியோ நகரிலேயே தங்கி அலுவலக நடைமுறைப்பதிவுகளைச் செய்து முடித்தனர். தங்கள் வேலையை முடித்தவுடன் சீனாவுக்கு உடனடியாக திரும்ப முடியாத சூழல் உருவானது. ஒரு கிழவர் தப்பி ஓடவும் முடியாமல் தனது லாரியை ஓட்டிச் செல்லவும் முடியாமல் தவித்துக் கொண்டிருப்பதைப் பார்த்தார் லாரி. அவருடன் பேசி லாரியை எடுத்துச் செல்ல முடிவு செய்தனர். லாரி உடனே தேவையான பொருட்கள், உணவு போன்றவற்றை நிரப்பிக்கொண்டு, தேவையான அளவுப் பெட்ரோலையும் நிரப்பிக்கொண்டனர். பர்மா சாலையில் சீனா செல்லும் வழி முற்றாக ஜப்பானியர் கையில் சிக்கி முடக்கப்பட்டு விட்டது. இனி ஒரே வழி, காட்டுப்பாதை, அவ்வப்போது தடை செய்யும் காட்டாறுகள் இவற்றைக் கடந்து செல்ல வேண்டும். சில இடங்களில் இராணுவத்தினர் தற்காலிக மூங்கில் பாலங்களைக் கட்டி வைத்திருந்தனர்.

சில இடங்களில் மூங்கில் மிதவையில் வாகனத்தை ஏற்றி கடக்க நேர்ந்தது. ஒவ்வொரு இடத்திலும் தப்பிச் செல்வோர் கூட்டம். எது, எப்படி, எப்போது, என்ன நடக்கும் என்பதை உறுதி சொல்ல முடியாது, அபாயகரமான நாட்கள் அவை.

பர்மாவின் காடுகளில்

"நான் சீனாவிலிருந்த காலத்தில், போர்ச் சூழல் காரணமாக பர்மாவின் காடுகளுக்குள் தப்பிச் சென்று மூன்று மாத காலம் அலைந்த அனுபவம் மறக்கமுடியாததொன்று. ஒன்றன்பின் ஒன்றாக இரண்டு சோதனை காலங்களை நான் கடக்க வேண்டியதானது. ஒரு நாள் போல் ஒரு நாள் இல்லை. தினம்தினம் புதியபுதிய ஆபத்துகள், சவால்கள் நான் என்வேலையில் மூழ்கிப் போனதால் என்னைச் சுற்றி என்ன நடக்கிறது என்பதில் பெரிய கவனம் செலுத்த முடியவில்லை. எனது வேலையும் மிகக் கடினமானதாக இருந்தது. சிந்திப்பதற்கோ கடிதம் எழுதவோக்கூட நேரம் கிடைக்கவில்லை. என் லாரியில், பெட்டிகளும் மூட்டைகளும் அடுக்கப்பட்டிருந்தன. அவற்றைப் பாதுகாப்பாகக் கொண்டு சேர்க்க வேண்டிய கடமை எனக்கு இருந்தது. அறுபது ஆண்டுகள் முன் நிகழ்ந்த நிகழ்வுகள் தெளிவாக நினைவிலில்லை. சரியான சாலையென்று எதுவும் இல்லாத காட்டுப்பாதையில், லாரியை ஓட்டிச் செல்வது பெரிதும் சாதனைதான். ஆறுகளைக் கடக்க நேரும்போது பெரிய சவால்தான். லாரியை ஏற்றிச் செல்லத் தக்க மிதவைக்கிடைக்க வேண்டும். ஓடும் ஆற்றில் பத்திரமாகக் கடந்து மறுகரை சேர வேண்டும். இராணுவத்தில் சேரும் வரை வாகனம் ஓட்டியே பழக்கமில்லாத எனக்கு இந்தப் பணி உடலையும் மனதையும் வாட்டுவதாக இருந்தது. நான் இத்தகைய மோசமான சாலையில் ஒரு லாரியை ஓட்டுவேன்.

என்பதை என் குடும்பத்தினர் நம்பவும் மாட்டார்கள். ஏனெனில் நான் என் சைக்கிளைக் கூட சரியாக ஓட்டியதில்லை. நான் எனது நர்ஸ் பணிக்கான பயிற்சி முடித்தவுடன், ஓட்டுனர் பயிற்சியை பெற வேண்டும் என்றனர். பயிற்சிக் காலத்தில் நான் ஒய். எம். சி. ஏ. வின் அழகிய பங்கலாவில் தங்கிப் பயிற்சிப் பெற்றேன். அதனுடைய அழகிய இரும்புக்கதவு எனக்கு இன்னும் நினைவில் உள்ளது.

ஒருநாள் பயிற்சியின் போது ஒரு லாரி வந்து நின்றது. பயிற்சியாளர் என்னை லாரியில் ஏறும்படிக் கூறினார். முன்னும் பக்கவாட்டிலும் உள்ளவற்றை என்னவென்று விளக்கினார். கியர், கிளட்ச், ஸ்டியரிங் என ஒவ்வொன்றாக அடையாளம் காட்டிய பின் சரி புறப்படுவோம் என்றார். நான் கையையும், காலையும் இழுத்தும் அழுத்தியும் ஏதோ செய்தேன். கடைசியாக என் விடுதியின் அழகிய இரும்புக் கதவை ஒரு துப்பாக்கி குண்டு தாக்குவதுபோல தாக்கி மோதி நிறுத்தினேன். பதட்டத்துடனும், குற்ற உணர்வுடனும் என் பயிற்றுனரைப் பரிதாபமாகப் பார்த்தேன் அவரோ, “அது கிடக்கட்டும் இப்போது நான் சொல்லும்படிச் சரியாக ஓட்டு” என்றார். மெல்ல மெல்ல அவர் சொன்னவற்றைப் புரிந்துக் கொண்டு ஓட்ட முயன்றேன். மறுநாள் ஒரு மலைப்பாதையில் வாகனத்தை ஓட்டச் செய்தார். கரடுமுரடான சாலையில் எதிரே ஒரு கைவண்டிக்காரன் வண்டி நிறைய ஆப்பிள் பழங்களை அடுக்கிக் கொண்டு வந்து கொண்டிருந்தான். நான் எவ்வளவு முயற்சி செய்து ஓட்டியபோதும் எனது வாகனத்தின் ஒரு சக்கரம் அவனது மெல்லிய கைவண்டியில் பின்புறம் இடித்து விட்டது. அவனது வண்டி தலைகுப்புற கவிழ்ந்து ஆப்பிள்கள் சாலை முழுவதும் உருண்டோடியது. வண்டி ஒரு பக்கம் விழுந்து கிடந்தது. வண்டிக்காரன் எங்களைத் துரத்தினான்.

மூன்றாவது சம்பவம் நாங்கள் தூரத்திலிருந்து பெட்ரோல் பங்கில் போய்த் தேவையான டீசலை நிறைத்துக் கொள்ள வேண்டும். ஒரு வளைவான பாதை உண்டு. அதன் இருபக்கமும் கம்பிகளை நட்டு, சங்கிலிகள் கொண்டு அலங்கரித்திருப்பார்கள். பாதையின் ஓரத்தில் செங்கல் நட்டு, வெள்ளையாக சுண்ணாம்பு அடித்துப் பாதையைத் தெளிவாக வைத்திருப்பார்கள். என் சாகச ஓட்டத்தால் வெள்ளைச் செங்கல், கம்பி, சங்கிலி அலங்காரம் எல்லாவற்றையும் என் வாகனம் வாரி வழித்துக் கொண்டு போய்விட்டது. எனது டிரைவர் பயிற்சிஅனுபவம் இவ்வளவுதான்.

மூன்று மாதக் கடல் பயணத்தின் பின் ரங்கூன் வந்து சேர்ந்தோம். ரங்கூன் கிடங்கில் ஆறு வாகனங்களைப் பொறுத்தத் தேவையான சாமான்கள் காத்திருந்தன. அவற்றில் மூன்று வாகனங்களை நாங்கள் ஆறுபேர் பர்மாவின் காடுகள் ஊடான அந்த மோசமான சாலையில் ஓட்டிச் செல்ல வேண்டும். எனது முதல் நண்பன் முதல் வண்டியை

எடுத்துக் கொண்டு புறப்பட்டான். நான் நடுவில் பாதுகாப்பாக வர என் மற்றொரு நண்பன் எனக்குப் பின் தொடர நாங்கள் வடக்கு நோக்கி பயணம் துவங்கினோம். அதிகமான வாகன நெரிசல் இல்லை. சாலையும் எதிர்ப்பார்த்தது போல் மோசமாக இல்லை. அதிகமான பாதிப்பு இன்றி என் வாகனத்தை நான் ஓட்டினேன். வண்டியின் பலகைகள் தான் அடிபட்டுச் சிதைந்து போயின. எதிரில் வந்த வண்டிகளுடனும் பெரிய மோதலின்றித் தப்பித்தேன். பின் பர்மா நெடுஞ்சாலை வந்தபின் பயணம் சுகமானதாக அமைந்தது. இரு புறமும் மலைகளும், காடுகளும் கொண்ட அழகிய காட்சி அழகை ரசித்தப்படி பெரிய தவறு எதும் நடந்துவிடாதபடி பயணம் நடந்தது. ஒரு முறை பாதையை விட்டுத் தடுமாறி ஒரு பள்ளத்தில் இறக்கி விட்டேன். பின் பெரிய இழப்புகள் ஏதுமின்றி நண்பர்கள் கயிறுகொண்டு இழுத்து சாலையில் ஏற்றி விட்டார்கள். அவ்வளவுதான். பெரிய விபத்துகள் ஏதுமின்றிக் கடைசியாக க்வியாங் வந்துசேர்ந்தோம். பின் என்னை ஷ்யாக்வான் என்னும் இடத்தில் உள்ள டெப்போ ஒன்றுக்குச் செல்ல எனக்கு உத்திரவு வந்தது. இதுதான் எனது கடைசி ட்ரக். ஓட்டுனர் வேலை. தலி ஏரி அருகே உள்ள அழகிய இடத்தில் உள்ள அந்த டெப்போ வந்து சேர்ந்த போது, அரைகுறை ஓட்டுனர் வேலை முடிந்த நிம்மதியுடன் பெருமூச்சு விட்டேன்.

கடைசியாக இனிமேலும் ஜப்பானின் பிடியில் ரங்கூன் வீழ்வதைத் தடுக்க முடியாது என்ற நிலை உண்டானது. எனவே அவர்கள் பிடித்துக் கொள்ளும் முன் அங்குள்ள பொருட்களையெல்லாம் சீனாவுக்குக் கொண்டு சென்று விடவேண்டியதானது. எனவே இப்பணியைச் சரியாகச் செய்து பொருட்களை அனுப்ப சிலர் தேவைப்பட்டனர். ஷ்யாக்வான் நகரிலிருந்த நான் லஷியோ வரைச் செல்ல நேர்ந்தது. ஒவ்வொரு பயணமும் மணிக்கணக்காக அன்றி நாட்கணக்காக நீண்டன. தந்தி, தொலைபேசி என எந்த வசதியும் இல்லை. ஒரு நாள் மாலை லஷியோ நகரை எட்டினோம். அப்போது ஜப்பானியர்களின் குண்டு வீச்சு நடந்து கொண்டிருந்தது. எப்படியும் லஷியோவைப் பிடித்துவிடவேண்டும் என்பது அவர்களின் லட்சியம். லஷியோவைப் பிடித்துவிட்டால் சீனாவில் உள்ள பிரிட்டிஷ் படைகளுக்குப் பொருட்கள் செல்லும் பாதையைத் தடுத்து விட முடியும் என நம்பினர். எனவே உடனடியாக, கைவசம் உள்ள பொருட்ளை எடுத்துக் கொண்டு ரங்கூன் நோக்கிப் புறப்படுவது என முடிவு செய்தோம். இரண்டு மருத்துவ உதவி வாகனங்களும் இருந்தன. ஜப்பானியர் வந்து சேரும் முன் அவற்றை ஓட்டிச் சென்றுவிட வேண்டும். அந்த வாகனங்கள் பாதுகாப்பாகப் புறப்பட்டப் பின் நாங்கள் ரங்கூனிலிருந்து வரும் சிலருக்காக் காத்திருந்தோம். ஜப்பானியர் வரத் தாமதமானதால், முடிந்தவரை

எல்லாப் பொருட்களையும் சீனாவுக்கு எடுத்துச் சென்றுவிட வேண்டும் என முடிவு செய்தோம். ஒரு வேளை அவர்கள் ரங்கூனைப் பிடித்து விட்டால் வடக்குப் பக்கமாகப் பயணம் செய்து நாகலாந்து வழியாக இந்தியா சென்றடைந்துவிட வேண்டும். இங்கிருந்து சீனா செல்ல வரைபடம் எதுவும் எங்களிடமில்லை.

பர்மா சாலை ஜப்பானியர் வசமானது. எங்களில் சிலர் பர்மாவில் விடுபட்டுவிட்டனர். நாங்கள் மறுநாள் காலை மண்டலே சென்றடைந்தோம். லஷியோ ஜப்பானியர் வசமானது என்ற செய்தி வந்தது. மண்டலே நகரம் வெறிச்சோடிப் போயிருந்தது. ஜப்பானியர் வென்ற பகுதிகளில் கொள்ளைக்காரர்கள் போல் மிகக் கேவலமாக நடந்து கொண்டனர். எனவே முடிந்த வரை பயணத்திற்குத் தேவையான பொருட்களை வாகனத்தில் அடைத்துக் கொண்டு புறப்படுவதுதான் நல்லது எனச்சிலர் அறிவுரை கூறினர். எனவே பர்மா எல்லை நோக்கிப் பயணம் துவங்கினோம். வழிநெடுக மக்கள் அகதிகளாகச் சென்று கொண்டிருந்தனர். எங்கள் குழுவிலிருந்த எட்டுப்பேரில் மூன்று பேர் டாக்டர்கள். எனவே வழி நெடுக மக்களுக்கு முடிந்தவரை உதவிகள் செய்தோம். பயணம் தொடர சரியாக வரைபடம் இல்லை. பகலில் பயணம் செய்வோம். இரவில் காடுகள், ஜப்பானியர் குண்டுகளுக்கும், பார்வைக்கும் எட்டாமல் ஒளிந்து கொள்வோம்.

ஒரே வழிகாட்டி, வடக்கு நோக்கிய பயணம் என்பதே எதாவது மக்கள் விட்டுவிட்டு ஓடிய ஊர் வந்து சேர்ந்தவுடன், எதாவது ஒரு வசதியான கட்டிடத்தில் எங்கள் மருத்துவப் பொருட்ளை எடுத்து வைப்போம். ஊரில் அடிப்பட்டவர்கள் தப்பி ஓட முடியாதவர்கள் மட்டுமே இருப்பர். அவர்களுக்குத் தேவையான மருத்துவ உதவிளைச் செய்வோம். மூன்று டாக்டர்கள் சிறுசிறு அறுவைச்சிகிச்சைளையும், தையல் போடுவது போன்ற உதவிகளையும் செய்வார்கள். நான் காயங்களைக் கழுவி கட்டுப்போட்டு, மருந்துகள் தருவேன். மயக்க மருந்து கொடுக்க வேண்டியிருந்தால், அதைத் தருவதும் உண்டு. அவர்களில், மேலும் மருத்துவ உதவி தேவைப்படுபவர்களைப் பக்கத்தில் உள்ள ஊருக்கு எடுத்துச் சென்று விட்டு வருவோம். இப்படி பயணம் செல்லும் பாதையில் உள்ள ஊர்களில் எங்கள் மருத்துவ உதவிகளை வழங்குவோம். ஜப்பானியர் குண்டு போடுவதற்கான எச்சரிக்கை வந்துவிட்டால், எங்கள் பொருட்களை சுருட்டி எடுத்துக் கொண்டு பாதுகாப்பான இடத்திற்குச் சென்று விடுவோம்.

ஒவ்வொரு இடத்திலும் காலை முதல் இரவு வரைக் கடுமையான வேலை இருக்கும். சலசலத்து ஓடும் ஆறுகளைக் கண்டால் உடல் சூடுதணியக் குதித்து விடுவோம். அப்படி ஒருமுறை ஒரு ஆற்றில் குளித்துக் கொண்டிருந்தபோது, ஜப்பானிய விமானம் ஒன்று எங்கள்

தலைக்கு மேல் பறந்தது. குண்டு மழை பொழியத் துவங்கியது. குளித்துக் கொண்டிருந்தவர்கள், ஆடைளைக் கூட எடுக்க முடியாமல் ஓடி ஒளிந்தோம். ஆற்றின் தென்புறம் உள்ள நகரத்தைத் தாக்குவதுதான் அவர்கள் எண்ணம். ஆனால் அவர்களின் குண்டுகள் ஆற்றிலும் வீசப்பட்டன. நல்ல வேளை நாங்கள் நொடிப்பொழுதில் தப்பித்தோம். நாங்கள் குளித்துக் கொண்டிருந்த இடத்தில் குண்டுகள் விழுந்துக் கொண்டிருந்தன.

மாற்றத்தை உருவாக்கிய சந்திப்பு

சீனாவில் இருப்பதற்கான கடவுச் சீட்டு காலாவதியானது. புதுப்பிக்க இங்கிலாந்து சென்றுதான் புதுப்பிக்க முடியும். மேலும் பேக்கரின் உடல்நிலை பாதிக்கப்பட்டிருந்தது. அடிக்கடி காய்ச்சல், மருந்துகள் எதற்கும் கட்டுப்படாமல் தொடர்ந்தது. இதனால் இங்கிலாந்து புறப்படுவது அவசியமானது. சீனாவிலிருந்து செல்ல கப்பல்கள் அக்காலத்தில் அதிகம் இல்லை. கல்கத்தா அல்லது பம்பாய் துறைமுகத்தில் பலநாட்கள் ஏன் மாதங்கள் கூட காத்திருக்க வேண்டும். லாரி பேக்கர் பம்பாயில் மூன்று மாதக் காலம் காத்திருக்க நேர்ந்தது. க்வாக்கர் குழுவைச் சேர்ந்த சில நண்பர்கள் பம்பாயிலிருந்தனர். அவர்களுக்கு காந்திஜியுடன் உறவு இருந்தது. மேகலீன் என்பவர் காந்தியின் கூட்டங்களுக்கும், பிரார்த்தனைகளுக்கும் செல்பவர். அவருக்கு காந்தியுடன் நல்ல பழக்கம் இருந்தது. அவர் மூலம் காந்திஜியின் பேச்சைக் கேட்கவும், நெருங்கவும் பேக்கருக்கு வாய்ப்புக் கிடைத்தது. குவாக்கர் குழுவைச் சேர்ந்த பேக்கருக்கு காந்தியின் அகிம்சை, பகையை அன்பால் வெல்ல முடியும் என்ற அன்பு வழி ஆகியன மிகவும் ஈர்த்தன.

'வெள்ளையனே வெளியேறு' போராட்டக்காலம் அது. காந்திஜியுடன் பேசும் வாய்ப்பு பேக்கருக்குக் கிடைத்தது. "இந்தியர்களின் போராட்டம் பிரிட்டிஷ் அரசுடனேயன்றி, பிரிட்டிஷ் மக்களுடன் இல்லை. வெளியேற வேண்டியது அடிமைப்படுத்திச் சுரண்டும் பிரிட்டிஷ் ஆட்சியாளர்களேயன்றி மக்கள் அல்ல" என்றார் காந்தி. இந்தியா என்பது பம்பாய், கல்கத்தா போன்ற நகரங்கள் அல்ல. 75 விழுக்காடு இந்தியா கிராமங்களின் தான் வாழ்கிறது. அதைக் காண்பதும், அவர்கள் தேவைக்கும், நல்வாழ்வுக்கும் உதவுவதே இந்திய விடுதலை என்று பேக்கருக்கு உணர்த்தினார். மகாத்மாவையும் இந்திய மக்களையும் இன்னும் ஆழமாக அறிவது அவசியம் என்று கருதினார். ஆனால் பிரிட்டன் புறப்படக் கப்பல் தயாராக நின்றது. மீண்டும் திரும்பி வருவது என்ற முடிவுடன் பிரிட்டன் நோக்கிப் புறப்பட்டார்.

1945 போர் ஓய்ந்து போன காலம். பயணங்கள் ஆபத்தில்லாததாக இருந்தது. சூயஸ் கால்வாய் திறக்கப்பட்டது. பயணம் அழுக்கானது. மூன்றாண்டுக் காலம் போர் முழக்கம், வேதனை அலறல்களின் பின் அமைதி திரும்பியது. லாரி பேக்கர் சுகமான பயணத்தின் பின் தாய்நாடு சென்று சேர்ந்தார். இனி இந்தியாதான் தன் சொந்த மண்ணாகப் போகிறது என்பதை பேக்கர் உணரவில்லை.

மீண்டும் இந்தியாவுக்கு...

ஒவ்வொரு மனிதன் வாழ்வுக்கும் ஒரு அர்த்தம் உண்டு எனச் சொல்வதுண்டு. லாரி பேக்கரின் வாழ்வுக்கும் ஒரு லட்சியம் அமையும் காலம் வந்தது. பேக்கர் இங்கிலாந்து திரும்பிய பின்னும் சீனா செல்வதா இந்தியா செல்வதா அல்லது இங்கிலாந்திலேயே கட்டிட வடிவமைப்பாளராக வசதியான வாழ்வைத் தொடர்வதா என்பதை முடிவு செய்யாமலிருந்தார்.

ஒரு நாள் பேக்கர் தமது சகோதரர் நார்மன்னுடன் நடந்துப் போய்க்கொண்டிருந்தார். "தொழுநோயாளிகள் சேவை" என்ற பெரிய விளம்பரப் பலகை அவர் கண்ணில்பட்டது. பேக்கர் அதுபற்றி விசாரிக்க உள்ளே சென்றார். அது உலகில் தொழுநோய் பாதிப்புக்குள்ளான நாடுகளுக்குச் சேவையாளர்களை அனுப்பும் கிருஸ்துவ சேவைக் குழுவின் அலுவலகம். அந்த அலுவலகத்தை விட்டு வெளியேறும்போது பேக்கர் ஒரு புதிய முடிவுடன் வெளியே வந்தார். தன்னை அந்த சேவையில் இணைத்துக் கொள்ள முடிவு செய்தார்.

அச்சேவைக் குழுவுடன் பேசினார். இந்தியாவில் தொழுநோயாளிகளுக்கான நவீன மருத்துவமனைகள் உருவாக்கக் கட்டிடக்கலை நிபுணர்கள் தேவை, இந்தியா போகமுடியுமா என்று கேட்டார்கள். அதுவரை தொழுநோய் குணப்படுத்தமுடியாத நோய் என்ற முடிவுடன் அவர்களை வைத்துக் காக்கும் கருணை இல்லங்களே இந்தியாவில் இருந்தனர். குணமாக்கும் மருந்துகளும் இல்லை, மருத்துவமனைகளும் அதுவரை இல்லாமலிருந்தது. தொழுநோயைக் குணப்படுத்தும் மருந்துகள் அப்போதுதான் கண்டுபிடிக்கப்பட்டிருந்தன. தொழுநோயாளிகள் சேவைக் குழுவுக்கு இந்தியாவில் பல சேவை மையங்கள் இருந்தன. நேபாளத்தில் சண்டாக், கன்னியாகுமரியில் நெய்யூர் ஆகிய இடங்களில் பெரிய சேவை மையங்கள் இருந்தன. பேக்கர் இந்தியா செல்லவும் தொழுநோயாளிகளுக்கு மருத்துவமனைகள் கட்டவும் முடிவு செய்தார். 1945ல் அவர் தொழுநோய் சேவகராக இந்தியா வந்து சேர்ந்தார். உத்திரப்பிரதேசம் பைசாபாத்தில் உள்ள சேவை மாளிகையைச் சென்றடைந்தார். இந்த இந்திய வாழ்க்கை இது வரை பேக்கர் சீனாவிலும், பர்மாவிலும் வாழ்ந்ததிலிருந்து மாறுபட்டதாக இருந்தது.

அடிமை இந்தியாவில் பிரிட்டிஷ் சேவையாளர்கள் கூட அதிகார வர்க்கத்தினருக்கு அடுத்தப்படியான வசதிகளுடனேயே வாழ்ந்து வந்தனர். பெரிய பங்களாக்களில் சமையல்காரர்கள், எடுபிடிகள், தோட்டக்காரர்கள், காவலாட்கள் எனச் சேவை செய்யப் பலரை வைத்துக் கொண்டுதான் வாழ்ந்தார்கள். சாகிப்புகள், மேம் சாகிப்புகளின் கழிவறைகளைச் சுத்தம் செய்யத் தோட்டிகளும் அறைகளில் காற்றுக்காகச் சாமரம் வீசும் பங்காக்காரர்களும் தவிர்க்கமுடியாத பணியாளர்களாக இருந்தனர். பகலில் அறையிலும், இரவில் வராண்டாவிலும் காற்றாடப் படுக்கக் கட்டில் போட்டு, மெத்தை விரித்து, விரிப்புகளை ஒழுங்காகப் பரப்பி, துரைமார்களும், துரைசானிகளும் கொசுக் கடியின்றித் தூங்க கொசுவலைகளைக் கட்டிவைக்க இந்திய ஏவல் ஆட்கள் இருந்தனர். காலையில், துரை எழுந்திருக்கும் நேரத்தில், சுடச்சுட பெட்காபியும், தேவையானால் பிஸ்கட்டுடன் படுக்கையருகில் ஏவலாள் காத்திருப்பாள். பின் காலைச் சிற்றுண்டி விருந்து அறையின் மேஜைமேல் வீட்டில் செய்த ரொட்டியும், முட்டையும், கோழிக்கறியும் காத்திருக்கும். சுடச்சுட கஞ்சி முதலில் கோப்பையில் தரப்படும். மதிய உணவு மிக எளிதாக இருக்கும் .இரவு உணவு துரைமார்கள் பேசிக் களித்தபடி உண்ண வகை வகையாகப் பரிமாறப்படும். இத்தகைய ஆடம்பர வாழ்வுதான் முதன்முதலில் சேவையாளராக இந்தியா வந்த பேக்கருக்கு வழங்கப்பட்டது. ஆனால் பேக்கர் இவற்றில் விருப்பம் ஏதுமற்றவராகவே இருந்தார்.

பைசாபாத் வந்தவுடன் பேக்கர் தனது பயணத்துக்காக சைக்கிளைப் பயன்படுத்தினார். நகரில் வாடகைக்கு சைக்கிள்களைத் தரக் கடைகள் இருந்தன. மலிவான இந்த வாகனத்திற்கு ஒரு நாள் வாடகை கால் ரூபாய் தந்தால் போதும் பக்கத்து கிராமங்களுக்கு பேக்கர் சைக்கிளில் தான் செல்வார்.

பைசாபாத்திலிருந்து 20 மைல் தொலைவில் ஒரு பெரிய மருத்துவமனையை கிறிஸ்துவ சேவையாளர்கள் நடத்தி வந்தனர். உள்ளூறை நோயாளிகளுக்கான 100 படுக்கைகள் கொண்டதாகவும், பக்கத்து கிராமங்களிலிருந்து நூற்றுக்கணக்கானோர் தினமும் வந்து புறநோயாளிகளாக மருத்துவ வசதி பெறுவதாகவும் மருத்துவமனை இருந்தது. இந்த மருத்துவமனை டாக்டர் பி.ஜே.சாண்டியால் துவக்கப்பட்டது. சாண்டி ஒரு கருணை வடிவம் என்கிறார் பேக்கர். சில நாட்களிலேயே அவர்கள் நல்ல நண்பர்களாகி விட்டனர். இருவருக்கும் பொதுவான பல நல்ல அம்சங்கள் அவர்களது நட்பை மேலும் வலுவாக்கியது. பேக்கர் கிறிஸ்துவச் சேவையாளர்களின் சூழலிலிருந்து விடுபட்டு சாண்டியுடனும், அவரது குடும்பத்துடனும் சேர்ந்து பணியாற்ற விரும்பினார். பிரிட்டிஷ்காரர்களுக்கு அதிகச் சம்பளம் எனும் நியதி அக்காலத்தில் ஏற்கப்பட்ட அநீதி. லாரி பேக்கர் டாக்டர் சாண்டிக்குத் தரப்படும் சம்பளத்திற்குமேல் தனக்கு வேண்டாம் என மறுத்தார். ஒரு வெள்ளை துரையாக வாழாமல் சாதாரண இந்தியன் போல் வாழ நினைத்தார். சேவைக் குழுவின் கட்டிட வல்லுனராக அனைத்து மருத்துவ மனைகளையும் வடிவமைக்க நாடு முழுதும் சுற்றியலைந்தார்.

தொழுநோயாளிகளுக்கான சேவைக் குழு, தனது மருத்துவ மனைகளை பெரிய நகரங்களில் அமைக்காமல், கடைக்கோடி கிராமங்களிலேயே அமைத்து, எட்ட முடியாத ஏழை மக்களை சென்றடைந்து சேவை செய்து வந்தது. பேக்கர் தெற்கே நெய்யூர், வடக்கே சாண்டாக் என இந்தியா முழுதும் சுற்றி வந்தார். வெள்ளையர்களுக்கே ரயில் பெட்டிகளில் முதல் வகுப்பு என்றிருந்த காலம். இரண்டாம் வகுப்பு பணக்கார இந்தியர்களுக்கு. ஏழை இந்தியர்களுக்கோ நிரம்பி வழியும் மூன்றாம் வகுப்பு மட்டுமே. காந்தியைப் போல பேக்கரும் மூன்றாம் வகுப்பே தனக்குரியது என ஏற்றுப் பயணித்தார். முன்பதிவு மூன்றாம் வகுப்புக்குக் கிடையாது. இடம் கிடைத்தவர்கள் அமரலாம். இல்லாதவர்கள் நின்று கொண்டோ, கழிப்பறைப் பக்கத்தில் அமர்ந்து கொண்டே பயணிக்க வேண்டியதுதான்.

எத்தனை முயற்சி எடுத்து இந்தியனாகவே மாற முயன்ற போதும், பேக்கருக்கு மாறமுடியாத பெரிய சவால் இந்தியர் வேட்டி கட்டுவது கடினம், நிற்பது அதைவிடக் கடினம். எனவே இறுதிவரை அவரை

இந்தியனாகி விடாமல் தனித்துக் காட்டியது, அவரது நிறம் மட்டுமல்ல. அணிந்த பேண்ட்டும், டீ ஷர்ட்டும் தான். அதுபோலக் கடைசிவரை பேக்கர் ஆங்கிலம் தவிர வேறு எந்த இந்திய மொழியையும் சரியாக கற்க முடியவில்லை. ஆனாலும் இந்தியர்களுடன் உறவாடவும் செயல்படவும் அவருக்கு மொழி ஒரு தடையாக இல்லை. அன்பின் மொழி உலகுக்கே பொதுவானதுதானே?

லாரி பேக்கர் - எலிசபெத் சந்திப்பு

1946 பைசாபாத்தில் உள்ள தொழுநோயாளிகள் மருத்துவ மனையின் தலைமை மருத்துவர் டாக்டர் பி.ஜே.சாண்டி தனக்கு மூலம் அறுவை சிகிச்சை செய்ய வேண்டும் என்பதால் கரீம் நகரில் பணிபுரிந்து கொண்டிருந்த தனது தங்கை டாக்டர் எலிசபெத்தை ஒரு மாதகாலம் பைசாபாத் வந்து மருத்துவமனையை கவனித்துக் கொள்ளும்படிக் கடிதம் எழுதினார். எலிசபெத் தனது சகோதரருக்கு உதவ உடனடியாக பைசாபாத்துக்குப் புறப்பட்டார்.

கோடை வெயிலில், ஆந்திராவில் ரயில் பயணம் செய்வது அதுவும் நெரிசல் மிக்க மூன்றாம் வகுப்பில் பயணம் செய்வது கொடுமையான அனுபவம். ஹைதராபாத்திலிருந்து, க்ராண்ட் ட்ரங்க் எக்ஸ்பிரஸில் மூன்று நாட்கள் மூன்றாம் வகுப்பில் பயணம் செய்து, ஜான்சிக்கு வந்து சேர்ந்தார். பின் ஜான்சியிலிருந்து ஒரு சாதாரண பயணிகள் ரயிலில் பயணம் செய்து அலகாபாத் வந்து சேர்ந்தார்.

கரீம் நகரிலிருந்து புறப்படும் முன், முன்பின் தெரிந்திராத ஒரு பிரிட்டிஷ்காரரிடமிருந்து ஒரு வினோதமான கடிதம் வந்தது. தான் மருத்துவர் சாண்டியுடன் பணிபுரிவதாகவும், அலகாபாத்

ஸ்டேஷனில் வந்து சந்தித்து, பைசாபாத்துக்கு பத்திரமாக அழைத்துச் செல்வதாகவும் எழுதியிருந்தார். கூடவே முட்டி தட்டிய ஒட்டகம் ஒன்றின் புகைப்படத்தையும் அனுப்பியிருந்தார். அடையாளம் கண்டுகொள்ள ஒரு சின்னம் அது என்று எழுதியிருந்தார்.

அலகாபாத் ஸ்டேஷனில் அந்த முட்டிதட்டிய ஒட்டகத்தை அடையாளம் காண்பது அத்தனை கடினமானதாக இல்லை. ஒல்லியான உயரமான காக்கிக் கால்சட்டையும், டீ சர்ட்டும் போட்ட பேக்கர் ஏதோ நீண்ட நாட்கள் பழகியவர் போல எலிசபெத்தை வரவேற்றார். பெண்கள் ஓய்வறையில் முகம் கழுவி காலை ஐந்து மணி பைசாபாத் வண்டியை எதிர்நோக்கி ஸ்டேஷனில் காலி பெஞ்ச் ஒன்றில் காத்திருந்தோம். அந்த நிசப்தமான காலை வேளையில் பெண்கள் ஓய்வறையில் இருந்து பெரும் அலறல். "யாராவது மகளிர் மருத்துவர்கள் இங்கு இருக்கிறார்களா? தயவு செய்து உடனே வாருங்கள். ஒரு பெண்ணுக்கு பிரசவவலி உடனே வந்து உதவுங்கள்" கேட்டது. எலிசபெத் விரைந்து ஓடினார். சுற்றிலும் பெண்கள் கூட்டம். பெரும் கூச்சல். எலிசபெத் அனைவரையும் விலக்கிக் கொண்டு துடித்துக் கொண்டிருந்த பெண்ணை அடைந்தார். தான் ஒரு மருத்துவர் என்றும், தான் உதவி செய்வதாகவும் தைரியம் கூறி, கூட்டத்தை வெளியே காத்திருக்கச் செய்தார். சிறிது நேரத்தில் அழகான குழந்தை ஒன்றை அப்பெண் பிரசவித்தாள்.

இப்போது புதிய பிரச்சினை குழந்தையின் தொப்புள் கொடியை எப்படி அகற்றுவது. அதைவெட்ட சுத்தமான கத்தி. கட்டுவதற்கு தூய்மைப்படுத்தப்பட்ட நூல் என அனைத்தையும் தர மருத்துவமனையா அது. என்ன செய்வது என்று அறியாமல் தவித்தார் எலிசபெத். வெளியே காத்துக் கொண்டிருந்த பேக்கர் உடனடியாகத் தன் வசமிருந்த நகவெட்டியை எடுத்துக் கொடுத்தார். வல்லவனுக்குப் புல்லும் ஆயுதம். ஒரு வழியாக தாய் குழந்தை இருவரையும் பாதுகாப்பாகக் காப்பாற்றப்பட்டனர்.

அடுத்து பம்பாய் செல்லும் இவர்களை இப்படியே ஸ்டேஷனில் விட்டு விட்டு நாம் ரயிலில் ஏறிவிடுவதா? எப்படியாவது அருகில் இருக்கும் மருத்துவமனைக்கு தாயையும், பிள்ளையையும் கொண்டுபோய் பாதுகாப்பாக விட்டுவிடும்வரைத் தமது கடமை முடியவில்லை என்று முடிவு செய்தனர். அவர்களை ஒரு மாட்டு வண்டியில் படுக்க வைத்து பக்கத்திலிருக்கும் மருத்துவமனைக்கு கொண்டுபோய்ச் சேர்த்தனர். ஒரு நாள் முழுவதும் இதில் ஓடி விட்டது. இனி அடுத்தநாள் காலைதான் பைசாபாத்துக்கு வண்டி. எனவே அலகாபாத்தின் கங்கைக் கரையில் போய் அமர்ந்து, நட்சத்திரங்களைப் பார்த்தபடி பேசிக்கொண்டிருந்தோம். நேரம் போனதே தெரியவில்லை. காலை ரயிலைப் பிடித்தாக வேண்டும்.

காலைச் சிற்றுண்டியை ப்ரதாப் காஞ்சி என்ற சிறிய ஸ்டேஷனில் சாப்பிட்டேன். பேக்கர் ஓடிப்போய் ஒரு மண் குவளையில் தேனீர் வாங்கி வந்து தந்தார். தேயிலை வாசனையை விட மண் வாசனை தூக்கலாக இருந்தது. அன்புடன் தரப்படும் எதுவும் சுவைக்கும். கடைசியில் ஒரு வெறிச்சோடிய ஸ்டேஷனில் இது தான் நாம் இறங்க வேண்டிய இடம் என்றார். பாரத்குந்த் ஸ்டேஷனிலிருந்து மருத்துவமனை அமைந்துள்ள பைசாபாத்துக்கு சில மைல் தூரம் செல்ல வேண்டும். பக்கம்தான். குறுக்கு வழியில் நடந்தால், விரைவில் எட்டி விடலாம் என்றார். பேக்கர் இது போல இனி இமயமலை உட்பட பல்வேறு இடங்களில், பல்வேறு குறுக்கு வழிகளில் இவருடன் நடக்க வேண்டியிருக்கும் என்பது அப்போது தெரியாது.

வழிமுழுவதும் அழகான கிராமப்புறக் காட்சிகள். பாரத்குந்த் எனும் பெரிய ஏரி முழுவதும் தாமரைக் கொடியால் நிறைந்து கிடந்தது. முட்டு இடிக்கும் ஒட்டகம் ஓடிப்போய் குளத்திலிருந்து சில அழகிய செந்தாமரை மலர்களைப் பறித்துவந்து கொடுத்தார். அழகை ரசித்தபடி மருத்துவமனையைச் சென்றடைந்தோம்.

அது நீண்ட வாழ்க்கைப் பயணத்தின் முதலடி என்பதை நானோ, பேக்கரோ உணரவில்லை. கடைசியாக நான் என் சகோதரரின் மருத்துவமனையை வந்தடைந்தேன்.மருத்துவமனைச் சூழலுடன் கலந்து போவது ஒன்றும் கடினமாக இல்லை. பேக்கர் நல்ல அனுபவம் வாய்ந்த உதவியாளராகவே இருந்தார். சீனாவிலும் பர்மாவிலும் போர்க்காலச் சிரமங்களுடன் பணியாற்றிய அவருக்கு இந்த மருத்துவமனைப் பணி கடினமானதாக இல்லை. லால் நீண்டகாலம் என் சகோதரருடன் இருந்து உதவிய மருந்தாளர். இந்த நல்ல கூட்டணியுடன் எந்த சிரமமான பணியையும் செய்வது கடினமானதாக இல்லை.

சகோதரருக்கு அறுவை சிகிச்சை நல்லபடியாகவே செய்து முடித்தேன். மயக்க நிபுணராகப் பயிற்சி பெற்று, போர்க்களத்தில் பணியாற்றிய பேக்கர் மயக்க மருந்து கொடுத்தார். சகோதரர் உடல்நிலை சற்று தேறியவுடன் நான் மருத்துவமனைப் பணியில் கவனம் செலுத்தத் துவங்கினேன். காலையில் புறநோயாளிகள் கூட்டம் தினமும் அலைமோதியது. தொழுநோயின் ஆரம்பகால அறிகுறி துவங்கி, புண்முற்றதாக அரித்துப்போய் உருவிழந்த நிலை என அனைத்துக் குறைகளுடனும் நோயாளிகள் வந்தனர். எனக்குத் தொழுநோயாளிகளுக்கு மருத்துவம் பார்த்த அனுபவம் ஏதுமில்லை. வேலூரில் புறநோயாளிள் பிரிவில் சிலரைப் பார்த்த அனுபவம் மட்டுமே உண்டு. சிலசமயம் அவர்களின் புண்ணுக்கு கட்டுப்போடவும், ஊசிபோடவும் செய்துள்ளேன். அந்தக் காலத்தில் தொழு நோய்க்கு ஒரே ஒரு மருந்துதான் உண்டு. சொல்மோக்ரோ,

ஹைப்போ கார்பஸ் எனப்படும் இந்த மருந்து எண்ணெய்ப்போல கடினமாக இருக்கும். நோயாளியின் இடுப்பில் ஊசி போடுவது, நோயாளி, மருத்துவர் இருவருக்கும் பயங்கரமான வேதனை தரும் அனுபவம். தொழுநோயாளிகள் பலர் உணர்வு மருத்துப் போனவர்களாக இருப்பதால் அவர்களுக்கு இதன் வேதனை அதிகம் தெரியாது என நினைக்கிறேன்.

தொழுநோயாளிகளுடன் வாழும் சோதனை மிக்க அனுபவத்தை பைசாபாத்தில் பெற்றேன். சுமார் நூறு நோயாளிகள் அங்கு உள்ளுறை நோயாளிகளாக இருந்தனர். மூக்கு முழுதாக அரித்துப் போனவர்கள். விரல்கள் அழுகி உதிர்ந்து போனவர்கள், புண் மருத்துவமின்றி அழுகிப் போய் புழுக்கள் நெளியும் நிலையில் உள்ளவர்கள் என மோசமான நிலையில் உள்ள நோயாளிகளை அன்புடன் கவனிக்க வேண்டியிருந்தது. புண்கள் தொட முடியாத நாற்றத்துடன் இருக்கும். ஆண்டிபயாட்டிக்ஸ் எதுவும் கண்டுபிடிக்கப்படாத காலமது. டெட்டால், லைசால் போன்ற கிருமி நாசினிகளால் கழுவிக் காயத்தைச் சுத்தப்படுத்துவது மட்டுமே அப்போது இருந்த மருத்துவம். புண் மேலும் மோசமாகாமலும், நாற்றம் அடிக்காமலும் செய்வதே சாத்தியமான மருத்துவமாக இருந்தது. அன்போடு அணுகுதலே, அனைவராலும் கைவிடப்பட்ட அவர்களுக்கு மகத்தான மருத்துவமாக இருந்தது. நீண்ட நேரத்தை நோயாளிகளைக் கவனிப்பதில் செலவிட்டேன். கம்பவுண்டர் காயங்களுக்கு மருந்திடுவது போன்றவற்றை கவனித்தார். சிரமமான நோயாளிகளை நானே நேரடியாகப் பார்த்து மருத்துவம் செய்தேன்.

லாரி, பைசாபாத்தில் மிஷனரிகளுடன் இருந்து ஆக்கப்பணிகளை கவனித்து வந்தார். தினமும் 10 மைல் தொலைவிலிருந்த தனது அலுவலகத்திற்கு சலிப்பின்றி சைக்கிள் மிதித்துச் சென்று வந்தார். நேரம் கிடைக்கும்போது அரித்துப்போன உறுப்புகளை வெட்டியகற்றும் பணிக்கு உதவி செய்தார்.

என் சகோதரர் ஒரு மாதத்தில் முழுமையாக குணமாகி, வேலைக்குத் திரும்பும் நிலையை எட்டினார். என் விடுமுறை காலம் முடிந்து நான் இனி என் பணிக்குத் திரும்ப வேண்டிய நேரம் நெருங்கியது. கடைசி நாள் நானும் பேக்கரும் தனியே ஒரு பாறையில் அமர்ந்து பேசிக் கொண்டிருந்தோம். பேக்கர் என் கைகளைப் பற்றிக் கொண்டு, "நீ என்னைத் திருமணம் செய்து கொள்வாயா?" என்று கேட்டார். அவரைச் சந்தித்த நாள் முதல் ஏதோ எனக்கு அவருடன் பிரிக்க முடியாத உறவுச் சங்கிலி போடப்பட்டது போல நான் உணர்ந்து வந்தேன். அவர் கேட்டது எனக்கு எவ்விதத்திலும் வியப்பூட்டுவதாகவோ, எதிர்பாராததாகவோ இல்லை. மறுநாள் பேக்கர், எனது சகோதரரைப் பார்த்துத் தனது விருப்பத்தைத்

தெரிவித்தார். என் சகோதரருக்கு அது அதிர்ச்சியாக இருந்தது. மிகவும் கோபமடைந்தார். அவர் என்மீது மிகுந்த பாசம் கொண்டவராக இருந்தார். என் குடும்பத்தில் என்னை நன்கு புரிந்து கொண்டவரும் அவரே. அதுபோல லாரியும் அவரும் நல்ல நண்பர்கள். வாழ்க்கை பற்றியும், சேவை பற்றியும் ஒத்த கருத்துள்ளவர்கள். இருவரும் ஏசுவின் போதனைகளின்படி வாழ முயல்பவர்கள். எனினும் இந்தத் திருமணம் அவரால் ஏற்க முடியாததாகவே கருதினார். வெள்ளைத் துரைக்கும் இந்தியப் பெண்ணுக்கும் திருமணம் பொருத்தமற்றது என்று கருதினார். "நான் உன்னைச் சகோதரனாக ஏற்க முடியும். ஆனால் என் வீட்டு மாப்பிள்ளையாக ஏற்க முடியாது" என்று மறுத்துவிட்டார்.

லாரியின் தந்தையும் இதற்கு சம்மதிக்கவில்லை. பிரிட்டிஷ்காரர் இல்லாத ஒருவரை அதுவும் கறுப்பினப் பெண்ணை மருமகளாக ஏற்பது கவுரவக் குறைவு என்று கருதினார். நாங்கள் அவசரப்படக்கூடாது என முடிவு செய்தோம். எனக்கு அவர் என்பதும் அவருக்கு நான் என்பதும் மாற்ற முடியாத உறவாக எங்கள் மனதில் வரித்துக் கொண்டோம். காலம் கனியும் வரை காத்திருக்க முடிவு செய்தோம்.

காலமெல்லாம் காத்திருப்போம்

எங்கள் காதல் ஏற்கப்படும்வரை காத்திருக்க முடிவு செய்தோம் ஆனால் காத்திருந்த இரண்டு வருடங்களும் முள்ளாக எங்களை வருத்தியது. எனினும் முள்ளின் நடுவிலும் ரோஜாபோல, காத்திருத்தலின் அன்பு ஆழமானது. மருத்துவமனையின் கடுமையான வேலையை முடித்து, களைத்து வீடு வரும்போது லாரியின் அன்புக் கடிதம் காத்திருக்கும். சோர்வும், களைப்பும் பரந்துபோக அன்பைவிட உன்னத மருந்து ஏது? எங்கள் மருத்துவ சேவையின் பிரச்சனைகளையும், சாதனைகளையும் பகிர்ந்துக் கொள்வோம். காதலுடன் கடமை, மதம், எதிர்காலம், ஏமாற்றங்கள், எதிர்பார்ப்புகள் என அனைத்தையும் எங்கள் கடிதங்களில் நிறைப்போம். இந்த காலதாமதம் நாங்கள் ஒருவரை ஒருவர் புரிந்து கொள்ள அற்புதமான வாய்ப்பைத் தந்தது.

ஒருவரை ஒருவர் சந்தித்துக் கொள்ள மிகக் குறைவான சந்தர்ப் பங்களே வாய்த்தன. நான் வேலை செய்த கரீம் நகர் மருத்துவமனை வாரங்கல் ஸ்டேஷனிலிருந்து 40 மைல் தொலைவில் இருந்தது. எங்கள் நட்பும், நாங்கள் ரகசியமாகச் சந்திப்பதும் சில மிஷனரி நண்பர்களுக்குத் தெரியும். அவர்கள் எங்கள் நட்பை ஏற்றுக் கொண்டவர்களே. நாங்கள் எப்போதும் காசிப்பெட் ரயில் நிலையத்தில் சந்திப்போம். பின் காரிலோ, பேருந்திலோ பல மைல் தூரம் பேசிக் கொண்டே பயணிப்போம். கரீம் நகரிலிருந்த மிஷனரி

நண்பர்கள் குடும்பம், தங்களுடன் தங்க லாரியை அனுமதித்தனர். வெளியே தங்குவதும், நாங்கள் சந்திப்பதும் ஊருக்குத் தெரிந்து, வீண் வதந்திகள் பரவிவிடக் கூடாது என்று அவர்கள் கருதினர்.

லாரி எனது நண்பர்கள் அனைவரையும் தனித்தனியே சந்தித்து தனது காதலையும், திருமணத்தின் அவசியத்தையும் விளக்கி அவர்களின் ஆதரவைப் பெறமுயன்றார். மிஷனின் கட்டிடக்கலை வல்லுனர் என்ற வகையில், லாரி காசிபெட், கரீம்நகர் வழியாக அடிக்கடி பயணிக்க வேண்டியிருந்தது. எனவே நாங்கள் சந்திக்க அதிக வாய்ப்புக் கிடைத்தது. அது மலர்களின் வசந்தகாலம்.

அதே பயணத் தோள்பை, அதே காக்கி காலாடை, அதே டீ சர்ட் எங்கும் யாரும் எளிதாக அடையாளம் கண்டுகொள்ளும் வகையில் லாரி சுற்றி வந்தார். வேலூர் கிருஸ்துவ மருத்துவமனை ஒரு தொழுநோய் மருத்துவமனையைக் கட்ட முடிவு செய்தது. அதற்கான நிலம், கட்டிட வடிவமைப்பு ஆகியவற்றின் பொறுப்பு லாரி வசம் ஒப்படைக்கப்பட்டது. எனவே லாரி சில காலம் வேலூரிலேயே இனி தங்க வேண்டியதானது. கிரிகிரி தொழுநோய் மருத்துவமனை துவங்க லாரி வேலூர் புறப்பட்டார்.

பேக்கர் அப்போது கல்லூரி முதல்வருடன் 'பெரிய பங்களாவில்' தங்கி வாழ்ந்தார். ஆனால் எதிலும் தனக்கே உரித்தான எளிய வாழ்வு முயற்சியை இங்கும் மேற்கொண்டார். தனக்கான ஓலைக்கூரையும், மண் சுவரும் கொண்ட குடிசையைக் கட்டிக் கொண்டார். அதில் ஒரு கட்டிலுக்கான இடம், மறுபுறம் பிரார்த்தனைக்காக இடம் அவ்வளவே. அவர் மிகுந்த பக்தி உணர்வுடன் வாழ்ந்து வந்தார். குடிசையின் வெளியே பெரிய அழகிய புளியமரம் உண்டு. எங்கள் குடிசைக்கு அருகே செல்வநாயகம் என்னும் நண்பர் தன்குடும்பத்துடன் வாழ்ந்து வந்தார். நாங்கள் அவர் குடும்பத்துடனே சாப்பிடுவோம். நான் அந்தக் குடிசையில் அவருடன் தங்கிவருவது பெரும்புயலை கல்லூரி வளாகத்தில் உண்டாக்கிவிட்டது. எப்படி ஒரு திருமணமாகதவருடன் போய்த் தங்குவது என்ற எதிர்ப்பு எழுந்தது. எனினும் மிஷனரிகள் பேக்கரைத் திறமைவாய்ந்த கட்டிட நிபுணர் என்றும், ஒரு துறவிக்கு நிகரானவர் என்றும் மதித்தனர்.

எனினும் எங்களின் பணிகள் எப்போதும் தொடர்ந்தது. நான் கரீம் நகரிலும், மேடக்கிலும் மருத்துவப் பணியைத் தொடர்ந்தேன். பேக்கர் தொழுநோய் சேவையாளர்களுக்கான மருத்துவமனைகளை வடிவமைக்க நாடு முழுவதும் அலைந்தார். எங்கள் உறவு எங்கள் உறவினர் மத்தியில் பெரும் சலசலப்பை உருவாக்கியது. கடைசியில் நான் என் முடிவை என் அம்மாவுக்குத் தெரிவிப்பது என்று முடிவு செய்தேன். ஆனால் இந்த செய்தியைக் கேட்டால் அம்மா அதிர்ச்சியில் மாரடைப்பில் விழுந்துவிடக் கூடும் என்று

மற்றவர்கள் நினைத்தனர். எனினும் நான் என் அன்பைக்கூறி அவரது அனுமதியைப் பெற்றுவிட முடியும் என்ற முடிவுடன் அவரிடம் பேசினேன். அனைவரின் எதிர்ப்பார்ப்புக்கும் மாறாக அம்மா, "நீ தான் உன் வாழ்வை முடிவு செய்ய முடியும். உனக்குச் சரியானது என்று நீ உணர்ந்தால், எனக்கு எந்த எதிர்ப்பும் இல்லை" என்றார். லாரியின் தகப்பனாரும் கடைசியாக எங்கள் திருமணத்திற்கு சம்மதம் தெரிவித்து விட்டார். கடைசியாக, என் அன்புக்குரிய என் சகோதரர் மரு. சாண்டியும் ஒருவழியாக ஒப்புக் கொண்டார். என் சகோதரி அன்னம்மா எனக்குப் பெரும் பலமாகத் துணை நின்றார். என் சகோதரர் பிலிப் மட்டும் இறுதிவரை சம்மதிக்கவே இல்லை. அன்னம்மாவும் அவர் கணவர் செரியனும் எங்களை ஆதரித்து உதவினர்.

லாரி பேக்கர் இங்கிலாந்து சென்று தனது பெற்றோருடன் பேசி வரச் சென்றார். அப்போது அடிக்கடி காய்ச்சலுடன், உடல் இளைத்துப் போய் பலவீனமானார். பல பரிசோதனைகள் செய்யப்பட்டன. கூடவே தோளில் தேமல் போன்ற படை உண்டாகி இருந்தது. சீனாவில் தொழுநோயால் பாதிக்கப்பட்ட நோயாளிகளுக்கு சேவை புரிந்ததன் காரணமாக, தொழுநோய் உண்டாகியிருக்கக் கூடுமோ என்ற சந்தேகம் உண்டானது. எனவே லண்டனில் உள்ள வெப்ப மண்டலப் பகுதி நோய்களுக்கான சிறப்பு மருத்துவமனைக்குச் செல்ல அறிவுறுத்தப்பட்டார். அங்கு பரிசோதிக்கப்பட்ட பின் ஒருவேளை அவரது காய்ச்சலுக்கும், தோலின் நிறமாற்றமும் தொழுநோயாக இருக்கக்கூடும் என்ற முடிவுக்கு வந்தனர். நல்ல வேளையாக அப்போது தொழுநோய்க்கான சிறந்த மருந்துகள் கண்டுபிடிக்கப்பட்டுவிட்டன. பழைய கொடுமையான ஊசிகளுக்கு பதில் டேப்சோன், சல்பா போன்ற எளிய மாத்திரைகள் பயன்பாட்டுக்கு வந்து விட்டன. எனினும் இன்னும் அச்சத்திற்கும், ஒதுக்கலுக்கும் உரிய நோயாகவே தொழுநோய் கருதப்பட்டு வந்தது. முழுமையான குணம் என்பது நிச்சயமற்றதாகவே இருந்த காலம் அது.

லாரி இங்கிலாந்திலிருந்து அவ்வப்போது அங்கு நடப்பதைப் பற்றிக் கடிதம் எழுதுவார். ஒருநாள் எனக்கு வந்த லாரியின் கடிதத்தை எடுத்துக் கொண்டு என் அறைக்குச் சென்று வாசித்தேன். அதில் அவர் தான் லண்டன் மருத்துவமனைக்கு பரிசோதனைக்குச் சென்றது, டாக்டர்கள் தொழுநோயாக இருக்கக் கூடுமோ என்ற சந்தேகத்தைத் தெரிவித்ததாக எழுதியிருந்தார். டேப்சோன் மாத்திரைகளைத் தரத் துவங்கி விட்டனர் என்று எழுதியிருந்தார்.

இதற்குப் பின்னும் என்னைத் திருமணம் செய்துகொள்ள விரும்புகிறாயா என்ற கேள்விதான் அக்கடிதத்தில் எழுதப்படாத கேள்வி. கடிதம் உண்மையை ஒளிவு மறைவு இன்றி என்முன்

வீசியது. நான் நோயுள்ள ஒருவரைத் திருமணம் செய்து கொள்ளச் சம்மதிக்கப் போகிறேனா? மறுக்கப் போகிறேனா? இது என் முடிவு சார்ந்த விஷயம் மட்டுமல்ல. சமூக ஒதுக்கலுக்கு ஆளான ஒருவரை நான் திருமணம் செய்து கொண்டால், என்னைச் சார்ந்த சமூகம் முழுமையும் என்னை ஒதுக்கிவிடும் என்பது நிச்சயம்.

என் மனம் போராட்டத்தில் மூழ்கியது. நான் ஒரு மருத்துவர் எந்த நோயாளியையும் மருத்துவம் பார்க்கவும், குணமாக்கவும் திறமை கொண்டவள். லாரியைத் திருமணம் செய்து கொண்டால் அவரை ஒரு தொழுநோய் மருத்துவமனையில் சேர்க்க முடியும். நானும் அங்கு மருத்துவர் பணி வாய்ப்பைப் பெற முடியும். அவருக்குச் சிறப்பாக மருத்துவ உதவியை டாக்டர் என்ற முறையிலும், மனைவி என்ற முறையிலும் தர முடியும். வேறு எந்தப் பெண்ணும் இதைச் செய்ய முடியாது. எனவே என் தயக்கம் பறந்தோடியது. நான் அவருடன் வாழ்வது என்று முடிவு செய்து விட்டேன். என் வாழ்வுக்கு மேன்மையான ஒரு அர்த்தம் கிடைத்து விட்டதாக உணர்ந்தேன். முடிவுடன் அவருக்குப் பதில் எழுதினேன். லாரி இங்கிலாந்திலிருந்து திரும்பி வந்தார்.

நல்லறமான இல்லறம்

திருமணம் முடிவானது. லாரி தனது பெற்றோரின் சம்மதத்தைப் பெற்று கப்பலில் இந்தியா திரும்பிக் கொண்டிருந்தார். திருமணத்தை ஹைத்ராபாத் அருகில் உள்ள மேடக்கில் உள்ள தேவாலயத்தில் நடத்த முடிவு செய்தோம். ஹைத்ராபாத் பிரியாணியுடன் விருந்துக்கும் ஏற்பாடு செய்யப்பட்டு விட்டது. விடுதலை பெற்றவுடன் ஹைத்ராபாத் நிஜாம் தனக்குத் தனிநாடு உரிமை தரப்பட வேண்டும் என்ற கலகம் துவக்கினார். ஹைத்ராபாத் சமஸ்தானமே ரசாக்கர்கள் கலகத்தால் ரத்தக்காடானது பெரும் மோதல், போர். இந்த கலவர பூமியில் திருமணம் என்பது சிந்தித்து பார்க்க வேண்டியதாகி விட்டது.

நல்ல வேளையாக கலவரம் துவங்கியபோது, நான் விடுமுறையில் கேரளம் வந்திருந்தேன். உடனே கப்பலில் வந்து கொண்டிருந்த லாரியை ஹைத்ராபாத் போக வேண்டாம், சென்னை வரவும் எனத் தந்தி கொடுத்தேன். லாரி சென்னை வந்து சேர்ந்தார். சென்னையில் என் சகோதரி அன்னம்மாவின் வீட்டில் தங்கினோம். அவர்கள் எங்களுக்கு மிகவும் உதவிகரமாக இருந்தார்கள்.

எங்கள் திருமணத்தை பல்லாவரம் தேவாலயத்தில் நடத்த முடிவு செய்தோம். எங்கள் திருமணத்திற்கு வந்து வாழ்த்துச் சொன்னவர்கள் வெறும் பதினெட்டு பேர் மட்டுமே. அதில் என் அம்மாவும் ஒருவர். திருமணச் செய்தி கேட்டால் அதிர்ச்சியில் செத்துவிடுவார்

என்றெல்லாம் எதிர்ப்பார்க்கப்பட்ட என் அம்மா எங்களை முழு மனதுடன் ஆசீர்வதித்தார். பின் அவர் நீண்ட நாட்கள் வாழ்ந்து, நாங்கள் விடுமுறைக்கு கேரளம் செல்லும் போதெல்லாம் கவனித்து மகிழ்வூட்டினார்.

1948 ஆகஸ்ட் 26, நீண்ட போராட்டத்திற்கும், தடங்கலுக்கும், சந்தேகத்திற்கும் ஆளான எங்கள் அன்பு உறவு இல்லறமான நல்லறமான நன்னாள்.

திக்கற்ற பயணம்

திருமணம் முடிந்தது. உறவினர்கள் ஊர் நோக்கிப் பிரிந்தனர். இனி எங்கள் வாழ்வுப் பயணம். எந்த திசையில்? எதை நோக்கி? எதுவும் தெரியவில்லை. பாதைகளற்ற பாதையில் நாங்கள் பயணிக்கத் துவங்கினோம். எத்தனை தடைகள்? எத்தனை இடர் பாடுகள்? எத்தனை சோதனைகள்? எத்தனை சந்தேகங்கள்? அத்தனையும் கடந்து இரண்டரை ஆண்டுகள் எங்கள் அன்புப் படகு கொந்தளிப்பின் இடையில் நிலை வந்து சேர்ந்து விட்டது. இனி எதுவும் எங்களைப் பிரித்துவிட முடியாது. இனி எங்கு போவது? என்ன செய்வது?

நாங்கள் டில்லி நோக்கி க்ராண்ட் ட்ரங்க் எக்ஸ்பிரஸில் பயணத்தைத் துவங்கினோம். எப்போதும் போல நெருக்கடி நிறைந்த மூன்றாம் வகுப்புப் பயணம் துவங்கியது. இமயமலைச் சாரலில் மேற்கு ஓரம் உள்ள சாண்டாக், எங்கள் பணியிடமாகவும், எங்கள் தேன்நிலவு ஊராகவும் ஆனது.

சாண்டாக், லாரி முன்பே பணியாற்றிய இடம். அங்கே தொழுநோய் சேவையாளர் குழு நடத்திய மருத்துவமனை ஒன்று உண்டு. இந்த மருத்துவமனையின் துணைச் செயலராக இருந்த டாக்டர் கடேஎங் தான் அப்போது மருத்துவமனைக்கு பொறுப்பாளராக இருந்தார். 7000 அடி உயரத்தில் அமைந்திருந்த மலை நகரம் அது. கண்ணுக்கெட்டிய தூரம் வரை அலை அலையாகப் பனி மலைகள் நாங்கள் வந்து சேர்ந்த உடன் செல்விளங் விடுமுறை எடுத்துக் கொண்டு எங்களிடம் மருத்துவமனைப் பொறுப்பை ஒப்படைத்துவிட்டுப் புறப்பட்டார். மனநிறைவு தரும் அதி அற்புதமான மலை வாழ்விடம் அமைந்ததில் நாங்கள் மிகவும் மகிழ்ந்தோம்.

ஆனால் இந்த அற்புதமான இடத்தைச் சென்றடைய மேற்கொண்ட ஐந்து நாட்கள் பயணம் நினைத்துப் பார்க்க முடியாத சோதனையாக இருந்தது. மக்கள் நிறைந்து வழியும் வசதி ஏது மற்ற மூன்றாம் வகுப்புப் பெட்டி. ஹைத்ராபாத், அப்போது கலவரத்தால் அல்லோல கல்லோலப் பட்டுக் கொண்டிருந்தது. எப்போது எது நடக்குமோ என்ற அச்சம் ஒவ்வொரு நிமிடமும். ஹைத்ராபாத்தைக் கடந்துதான் சென்றாக வேண்டும். ஒவ்வொரு ஸ்டேஷனிலும் அடுத்த ஸ்டேஷனில் வர முடியுமா என்ற தகவல் கிடைத்தபின்தான் வண்டி புறப்படும். சிலசமயம் ஆள் அரவமற்ற நடுக்காட்டில் மணிக்கணக்காக வண்டி நிறுத்தப்பட்டுவிடும். சிலசமயம் மாற்றுப் பாதையில் வண்டி திருப்பிவிடப்படும். இப்படி நிச்சயமில்லாத ஐந்துநாள் பயணத்தின் பின்னரே டெல்லி வந்தடைந்தோம்.

டெல்லியில் க்வாக்கர் குழுவின் நட்பு இல்லத்தில் தங்கினோம். மனித குலம் முழுதையும் பேதமேதுமின்றி நேசிக்கும் ஏசுவின் அன்புச் சேவகர்களின் அன்பில் மகிழ்ந்தோம். அங்கு காந்திஜியுடன் நட்பும், நல்லுறவும் கொண்ட க்வாக்கர் நண்பர்களின் உறவு கிடைத்தது. மோசமான ஐந்து நாட்கள் ரயில் பயணத்தின்பின், சிலநாட்கள் முற்றிலும் மகிழ்ச்சியும், நிறைவும் மிக்க நட்புச்சூழலில் மகிழ்ந்தோம்.

சாங்டங் பற்றி எனக்கு எதுவும் தெரியாது. மலையென்றால் என் தமக்கையர் வசித்த வண்டிப் பெரியாரும், அவர்களது காபி, தேயிலைத் தோட்டங்களும் மட்டுமே எனக்குத் தெரியும். லாரி உலக வரைபடத்தைத் தன்னுடன் கொண்டு வந்திருந்தார். அவர் இமயமலையையும், நாங்கள் இருக்கும் இடத்தையும், போக வேண்டிய இடம் பற்றியும் எனக்கு அதில் காட்டி விவரித்தார். எனக்கு எதுவும் புரியவில்லை. சும்மா தலையாட்டினேன். நிச்சயம் இந்த கண்ணுக்கெட்டிய தூரம்வரை பனிமலைகள் மட்டுமே கொண்ட இந்தப் பகுதியில் என்ன சாலைகள் இருக்கக்கூடும். எங்கும் மனிதர்கள் வசிப்பதற்கான சுவடுகள் கூட இல்லை. பனி

படர்ந்த ஒற்றையடிப்பாதை, ஆள் அரவமற்ற யர்ந்த மலைகள், ஏழாயிரம் அடிகள் மலையேற்றம். லட்சியமும், நம்பிக்கையும்தான் நம்மை வழிநடத்த வேண்டும் என்ற முடிவுடன் பயணத்தைத் துவங்கினோம்.

சாங்டாங் அங்மோராவிலிருந்து 50 கிலோமீட்டர் தொலைவு பக்கத்து ஊர் பிதோராகருக்கு 5 கிலோமீட்டர் நடக்கவேண்டும். புகழ்பெற்ற குமாவ்ன் மலைப்பகுதியின் சின்ன கிராமம் சாங்டாங். அங்மோராவுடன் பேருந்தும் நின்றுவிடும். புகை வண்டியோ தெஹ்ரியின் தனாக்பூர் ஸ்டேஷனுடனும் நின்றுவிடும். தனாக்பூரிலிருந்து 100 கிலோமீட்டர் மோசமான சாலை வழியே சாங்டாங் வந்து சேரலாம். எனவே அல்மோரா போய் அங்கிருந்து 50 கிலோமீட்டர் நடந்து சாங்டாங் அடைய முடிவு செய்தோம்.

டெல்லியிலிருந்து பரோலி சென்று அங்கிருந்து குறுகிய ரயில் பயணம் செய்து காத்கோடம் சென்றடைந்தோம். இமயமலை அடிவாரத்தில் உள்ள அந்த ஊரிலிருந்து பஸ்ஸில் அல்மோரா புறப்பட்டோம். இமயம் எங்கள் முன் பெரிய பனிதேவதை போல பரந்து கிடந்தது. வளைந்து வளைந்து சென்றது பாதை. ஒரு மலைமீது ஏறி மற்றொரு மலையை எட்ட இறங்கிப் பின் ஏறி, இவ்வாறு வாழ்க்கைப்போல ஏற்றமும், இறக்கமுமாக பாதை சென்றது. பனிக்காற்று முகத்தில் மோதிக் கொண்டேயிருந்தது. கடந்து ஓடும் சிற்றாறுகளின் குளிர்ந்த நீர் உற்சாகமூட்டியது. 50 கிலோ மீட்டர் தொலைவு மலைகளைத் தாண்டி அல்மோரா சென்றடைந்தோம்.

டாக்டர் மனோகர் மசையாவும் அவரது மனைவியும் அன்புடன் வரவேற்றனர். அல்மோராவில் அமைந்திருந்த தொழுநோய் மருத்துவமனையை அவர்கள்தான் நிர்வகித்து வந்தனர். நாங்கள் அங்கே இரண்டு நாட்கள் அவர்களது அன்பு உபசரிப்பில் கழித்தோம். அங்கு மலைவாழ் மக்களுடன் பழகினோம். அவர்களின் அன்பு எங்களை நெகிழச் செய்தது. அது ஒரு புதுமையான அனுபவம்.

லாரி, தன்னுடன் ஒரு கம்பளிப் போர்வையும், சுமையற்ற வனக் கூடாரம் ஒன்றையும் கொண்டு வந்திருந்தார். 6x4 அளவிலான அந்தக் கூடாரத்தின் எடை ஒரு கிலோகூட இருக்காது. ஒரு சின்ன அல்பிரிட் கொண்டு எரிக்கும் அடுப்பும், ஓரிரு அலுமினியப் பாத்திரங்களும் இருந்தன. இரண்டு மெத்தை போர்வைகள் இருந்தன. அதற்குள் புகுந்து கொண்டுவிட்டால் குளிர் தெரியாமல் தூங்கலாம். பயணம் துவங்கும் நாளில் தன்சிங் சௌத்ரி ஒரு நல்ல விருந்து கொடுத்து எங்களை வழியனுப்பினார். லாரி ஒரு பெரிய வனப்பையை முதுகில் சுமந்து கொண்டு முன் நடக்க, சிறிய பையை முதுகில் சுமந்தபடி நான் பின் தொடர்ந்தேன். முன்னெச்சரிக்கையுடன் தன்சிங் கொடுத்த கைத்தடி எனக்குப் பெரிதும் உதவியாக இருந்தது. இனி

அறிந்தவர்கள் யாரும் இல்லாத, அறியாத புதுவுலகை நோக்கி, புதிய நண்பர்களைத் தேடிப் புறப்பட வேண்டும். இதை நினைத்தபோது என் கண்கள் பனித்தது.

பாதைகள் என்பன குறுகிய ஒற்றையடித் தடங்களே. கழுதைகளும், கடிதம் எடுத்துச் செல்வோரும் பயன்படுத்தும் பாதை. மலையின் ஓரங்களையும், அருவிகளையும் கடந்து செல்லும் பாதை முழுவதும் கற்களே நிறைந்து கிடக்கும். வெகு அரிதாக யாராவது எதிரிலிருந்து வருவார்கள். நெடுந்தூரப் பயணத்தின் பின் ஒரு தேநீர்க் கடை பாலைவனச் சோலை போல் மகிழ்ச்சியூட்டும் மனிதர் களைச் சந்திக்கலாம். பின் நடைதான். பையைச் சுமந்து தோள் புண்ணாகி விட்டது. கால்களிலும், தொடையிலும் கொப்பளங்கள் உண்டாகிவிடும். இருட்டத் துவங்கும்போது ஏதாவது ஒரு வசதியான இடத்தில் லாரி கொண்டு வந்துள்ள கூடாரத்தை அடித்துக் கொள்வோம். இரவு கவிழத் துவங்கியதும் மிருகங்களின் ஓலம் துல்லியமாகக் கேட்கும். சிறுத்தைகளும், கரடிகளும் அதிகம் என்று எவரோ சொன்னது மனதில் வந்து பயமுறுத்தும். சுமையை இறக்கி வைத்துவிட்டு, குளிர்ந்த ஓடையில் முகம் கழுவிப் புத்துணர்ச்சி பெறுவோம். மசையா கொடுத்தனுப்பிய ரொட்டியும், கறியும் தின்று பசியாறினோம். லாரி கொண்டு வந்திருந்த பால் பவுடரைக் கொண்டு பால் காய்ச்சி, காபி போட்டுக் குடித்தோம். இரவு முழுவதும் பாதித் தூக்கத்தில் கழித்தோம். அதற்குக் காரணம் காபியா, பயமா?

காலையில் மீதமிருந்த ரொட்டிகளைச் சூடாக்கி சாப்பிட்டு விட்டு புறப்பட்டோம். சூரியன் சுடும்வரை நடந்தோம். மதியம் ஏதாவது ஒரு அருவி ஓரத்தில் களைப்பாறுவோம். மாலை மீண்டும் இருள் சூழும்வரை நடப்போம். வழியில் 4,5 வீடுகள் கொண்ட சிறு கிராமமோ, தேநீர் கடையோ கண்டால் நின்று விடுவோம். சுவையான தேநீர் சகமனித ஜாதியினருடன் பேசுவது பெரும் உற்சாகமூட்டும். இரவு அந்த கிராமத்திலேயே தங்கி விடுவோம். மக்கள் மிகுந்த அன்பும், உபசரிப்பும் கொண்டவர்கள் சுடசுடச் சப்பாத்தியும் உருளைக் கிழங்குடன் சப்ஜியும் கிடைத்துவிடும். பசித்துக் களைத்தவருக்கு அதைவிடச் சிறந்த விருந்து என்ன வேண்டும்? சாங்கங் சென்று சேரும்வரை எங்களுக்குக் கூடாரமடிக்கும் வாய்ப்பே கிடைக்கவில்லை. ஒவ்வொரு இரவும் ஒவ்வொரு கிராமத்தில் இமாலய உபசரிப்புக் கணகணப்பில் கழித்தே உறக்கப்பை எங்களை கதகதப்பாகத் துங்கச் செய்தது. கட்டில் பெரும்பாலும் கிடைக்காது. ஏதாவது மரப்பலகை மீது தூக்கப்பையில் நுழைந்து கொள்வோம். மெதுமெதுவாக இதை மடித்தால் பெரிய பைபிள் அளவே வரும். ஆனால் எடை அதைவிடக் குறைவே. சில சமயம் மலை உச்சியில் பிரிட்டிஷ்காரர்கள் கட்டிக் கொண்ட பயணியர்

பங்களா கிடைக்கும். துரைகளுக்கான அத்தனை ஆடம்பர வசதிகளும் அந்த மலை உச்சியில் கிடைக்கும். வசதியான அறை, கணப்பூட்ட நெருப்புக் களம், மெதுவான மெத்தைகள், கூப்பிட்ட குரலுக்கு வந்து கேட்கப்பணியாட்கள், வேளா வேளைக்குச் சுடச்சுட சுமைத்துத் தரசமையல் ஆள் எல்லாம் உண்டு. இரவு கணப்பருகில் அமர்ந்து குளிர்காய்வது பெரும் சுகமான அனுபவம். பங்களாவின் காவல்காரர் சௌகிதார் பங்களா பற்றியும், வந்து தங்கியோர் பற்றியும் கதைகளைச் சொல்வார். பழைய ரீடர்ஸ் டைஜிஸ்ட் போன்ற இதழ்கள் படிக்கக் கிடைக்கும். இத்தனைக்கும் வாடகை ஒரு நாளுக்கு வெறும் 2 ரூபாய்தான்.

ப்ரின் நாக்கில் ஒரு நாள் தங்கினோம். அது ஒரு அற்புத நினைவு அது ஆங்கிலோ — சிலோனியர் வசிக்கும் கிராமம். இலங்கையிலிருந்து வந்து சிறிய தேயிலைத் தோட்டம், தேயிலைத் தொழிற்சாலை உருவாக்கியிருந்தார்கள்.

இமயத்தை எட்டினோம்

எட்டு நாட்கள் பயணத்தின் பின் சாங்டங் அடைந்தோம். சாதாரணமாக மக்கள் மூன்று முதல் ஐந்து நாட்களில் சாங்டங்கை எட்டி விடுவர். ஒவ்வொரு நாள் பயணம் எனக்கு மிகவும் சிரமமானதாக இருந்தது. எனினும் பயணம் நினைத்துப் பார்க்க இனிமையானதாக என் வாழ்நாள் முழுதும் நிலைத்து நின்றது. எளிய உணவு, எளிய வாழ்க்கை கொண்ட அந்த நாட்கள் மகிழ்வான நினைவு. மலை மக்களின் அன்பு மதிப்பு மிக்க நினைவு. பயணப்பாதையில் சந்தித்த எளிய மக்களின் உபசரிப்பு எங்களை நனைத்தது. உணவு, பால், தேநீர் என மக்கள் எதிர்ப்பார்ப்பின்றி எங்களை உபசரித்தனர். அத்தகைய அன்பையும் உபசரிப்பையும் நாங்கள் வேறு எங்கும் கண்ட தில்லை. பெரிய உடமைகள் இல்லாத அந்த மக்கள் எப்போதும் மகிழ்ச்சியுடன் காணப்பட்டனர். ஒரு மதராசி இந்தியப் பெண், ஒரு விதேசி வெள்ளையர். இந்த வினோதமான இணைஅவர்களுக்குப் பெரும் வியப்பாக இருந்தது.

சாங்டாங்கில், கடேயெங் மற்றும் அவருடைய பணியாட்கள் எங்களை அன்புடன் வரவேற்றனர். எங்களுக்கென தனித்த சிறு அறை தரப்பட்டது. சமைக்க வேண்டிய அவசியம் இல்லை. நல்ல உணவு எங்கள் வீடு தேடி வந்தது. வீட்டுத் தேவைகள் அனைத்தும்

இருந்தது. உலகின் உச்சியில் இருந்தோம். சுற்றிச் சுற்றி நாற்புறமும் பனிமலைகள். பைன் மரக்காடுகள் திட்டு திட்டாகப் பச்சை வண்ணம் கொட்டியது போல அங்கொன்றும், இங்கொன்றுமாக சின்ன சின்ன கிராமங்கள். எல்லாம் ஒரு வண்ண ஓவியம் போல. விரைந்து ஓடும் பேருந்துகள் இல்லை. காதைக் கிழிக்கும் ஒலிப்பெருக்கி அலறல் இல்லை. மூச்சை நெறிக்கும் மக்கள் கூட்டம் இல்லை. அமைதியான சின்ன ஊர் சாங்டாங். ஒரு சில வீடுகள் சுற்றுப்புற கிராமங்களுக்கு இதுவே பெரிய ஊர். எங்கள் தொழுநோய் மருத்துவமனையும், அவர்களுக்கான விடுதியும் ஒருபுறம் இருந்தன.

சுற்றி 600 மைல் தொலைவில் உள்ள சிகரங்கள் கூடத் தெளிவாகத் தெரியும். லாரி ஒவ்வொரு சிகரத்தையும் இனங்கண்டு பெயர் சொல்லுவார். எனக்கோ எல்லாம் ஒட்டுமொத்தமாக இமயமலை அவ்வளவே. பைனும், வேதாரு மரங்களும் மலைகளின் சரிவுகளை நிறைத்து நின்றன. ஓக் மரங்களும், சிவந்த பூப்பூத்த ரோடோடண்ட்ரான் மரங்களும் சற்று மாறுபட்டனவாக நிற்கும். நான் இதுவரைப் பார்த்த நிலப்பரப்பிலிருந்து அது முற்றிலும் மாறுபட்டது. கடேயெங்கின் பங்களா வழக்கமான இறைச்சேவையாளர்கள் போன்று ஆடம்பரமாக, பெரிய பூந்தோட்டம், நிறைய வேலைக்காரர்கள், விலையுயர்ந்த சொகுசு இருக்கைகளுடன இருந்தது. எனக்கு அச்சூழல் சற்று புதியது.

கடே எங்களை ஒவ்வொரு இடமாக அழைத்துச் சென்று விளக்கினார். தொழுநோயாளிகள் விடுதி பெண்களுக்கும், ஆண்களுக்கும் தனித்தனியாக இருந்தன. ஒன்றுக்கும் மற்றதுக்கும் நீண்ட இடைவெளி. அவர்கள் ஞாயிற்றுக் கிழமைகளில் பிரார்த்தனைக்கு தேவாலயம் வரும்போது மட்டும் சந்தித்துக் கொள்ள முடியும்.

நாங்கள் போன இரண்டாம் நாள் சிலமணி நேரம் முன் பிறந்த ஒரு குழந்தையை எடுத்துக் கொண்டு சிலர் ஓடி வந்தனர். குழந்தையின் வயிறு ஊதிப் போய் பெரிதாக இருந்தது. குழந்தை மூச்சு விட சிரமப்பட்டுக் கொண்டிருந்தது. நான் அக்குழந்தையைப் பரிசோதனை செய்தேன். அதன் மலவாய் ஒரு மெல்லிய தோலால் மூடப்பட்டு, மலம் வெளியேறப் பாதை இல்லாக் குறையே அக்குழந்தையின் மூச்சுத் திணறலுக்கும், வயிறு வீக்கத்திற்கும் காரணம். கடே அந்தக் குழந்தையை எடுத்துக் கொள்ள வேண்டாம் எனத் தடுத்தார். இது ஒரு தொழுநோய் மருத்துவமனையே, இத்தகைய அறுவை சிகிச்சைக்கான விஷயங்களை எடுத்துச் செய்ய வசதி ஏதுமில்லை என்று தடுத்தாள். அடுத்த மருத்துவமனை பெரேலியில்தான். 150 கிலோ மீட்டர் பயணம் செய்ய வேண்டும். மருத்துவமனை சென்று சேரும் முன் குழந்தை நிச்சயம் இறந்துவிடும்.

நான் அறுவை சிகிச்சை செய்ய கடேயிடம் மன்றாடினேன். கடைசியில் அரைமனதாக அவள் ஒப்புக் கொண்டாள். மிகக் குறைவான ஆயுதங்களே அங்கு இருந்தன. லாரி அவற்றை சுத்தம் செய்து கொதிக்க வைத்துத் தயார் செய்தார். அதுமிகவும் சுலபமான அறுவை சிகிச்சையே. மலப் பாதையைத் தடுத்துக் கொண்டிருந்த மெல்லிய தோல் திரையை, கத்தி கொண்டு கிழித்து விட்டேன். அவ்வளவே கருத்த மலம் கழித்ததுபோலக் கொட்டியது. குழந்தை அடுத்த சில நிமிடங்களில் முற்றிலும் குணமானது. மக்கள் மிகவும் வியந்து பாராட்டினர். எதிரொலி போல எல்லா கிராமங்களுக்கும் எங்களைப் பற்றி செய்தி பரவியது. இவ்வாறு எங்கள் மருத்துவப் பணி பெருத்த புகழுடன் துவங்கியது. அடுத்த கிராமங்களுக்கு நாங்கள் வெளியேறும்வரை பேசப்பட்டது.

எங்கள் மருத்துவமனை

எங்களின் வெற்றிகரமான முதல் அறுவை சிகிச்சையின் பெருமை மலை முழுதும் எதிரொலித்தது. தூரதூர இடங்களிலிருந்தும் எங்களைத் தேடி மக்கள் வரத் துவங்கினர். கடே வெளியூர் சென்றிருந்த காலத்தில் மருத்துவமனை மிகவும் பரபரப்பாகச் செயல்பட்டது. ஆனால் கடே தொழுநோயாளிகளைத் தவிர வேறு நோயாளிகளைப் பார்க்கக் கூடாது என்று உறுதியாக கட்டளையிட்டிருந்தார்.

என்ன செய்ய எங்களுக்கென மருத்துவமனை இல்லை. மருந்துகள் ஏதுமில்லை. கையில் காசும் இல்லை. கடேவின் மருத்துவமனையில் தங்கிக் கொண்டு, எங்களுக்கான மருத்துவமனைக்கான இடம் தேடிக் கொண்டிருந்தோம். இருந்த கொஞ்சம் பணத்தைக் கொண்டு வாடகைக்கு இடம்பிடித்தாக வேண்டும். மருந்துகள் வாங்கியாக வேண்டும். தினமும் சாப்பிட்டாக வேண்டும். எனினும் கிராமத்து மக்கள் எங்களுக்கு உதவ முன் வந்தனர். ஜீத்சிங் எனும் மளிகைக் கடைக்காரர் எங்களுக்குச் சமையல் சாமான்களைத் தந்து உதவினார். மற்றொரு நண்பர் ஹீரா பலீப் பட்னி. இவர் ஒரு பிராமணர். இவர் எங்களுக்குப் பல வகையிலும் உதவி செய்தார். சாண்டா மட்டுமல்ல மலையைச் சுற்றியிருந்த பல கிராமங்களிலும் உள்ள மக்கள் நாங்கள் மலையை விட்டுப் போய்விடக் கூடாது என்பதில் உறுதியாக

இருந்தனர். எதை வேண்டுமானாலும் செய்கிறோம். எந்த வீட்டை வேண்டுமானாலும் எடுத்துக் கொண்டு மருத்துவமனை நடத்துங்கள் என்று கெஞ்சினர்.

கடைசியாக ஒரு டீக்கடையின் ஒரு பகுதியில் எங்கள் மருத்துவமனையைத் துவங்க முடிவு செய்தோம். அதில் இரண்டு அறைகள் நாங்கள் தங்குவதற்கு ஏற்றதாக இருந்தன. ஒரு பகுதியில் நோயாளிகளைப் பார்க்கத் தயார் செய்து கொண்டோம். கடையிடமிருந்து கொஞ்சம் மருந்துகளையும், சின்னச் சின்ன ஆப்ரேஷன் செய்வதற்கான கருவிகளையும் வாங்கிக் கொண்டோம். பிதோராகரிலிருந்தும் நோயாளிகள் எங்கள் மருத்துவமனைக்கு வந்தனர். இமயமலையில் எங்கள் மருத்துவமனை ஒரு டீக்கடையில் செயல்படத் துவங்கியது. எங்கள் கிராமத்திலிருந்து பிதோரோராகர் ஐந்து மைல் தொலைவு மலை உச்சியில் அமைந்துள்ள எங்கள் கிராமத்திலிருந்து இரவில் பார்த்தால் நான்குபுறமும் சூழ்ந்துள்ள மலைகளில் அங்கொன்றும் இங்கொன்றுமாக விளக்கொளி மினுமினுக்கும். அத்தனை கிராமங்களிலும் ஒரு மதராசி டாக்டரும், அவருடைய வெள்ளைக் கணவரும் பற்றிய செய்தி எப்படியோ பரவி விட்டது. நோயாளிகள் அதிகமாக வரத் துவங்கினர். மருந்து வாங்க வேண்டுமென்றால் 50 மைல் தொலைவில் உள்ள அல்மோராவுக்கோ, நூறு மைல் தொலைவில் உள்ள பரேலிக்கோ தான் போக வேண்டும்.

சிலர் நோயாளிகளை நாற்காலியில் உட்கார வைத்துத் தூக்கிக் கொண்டோ, கட்டிலில் படுக்க வைத்துத் தூக்கி வருவார்கள். மேடும் பள்ளமுமான மலைப்பாதையிலும், ஆற்றைக் கடந்தும் அவர்கள் தூக்கி வருவார்கள். குணமாகுவோம் என்ற எதிர்ப்பார்ப்புடன் மிக மோசமான நிலையில் அழைத்து வந்து ஏமாந்துப் போனவர்களும் உண்டு. எங்கள் மருந்துகளை விடவும், அவர்களின் நம்பிக்கையும், கடவுளின் அருளும் தான் பலரை குணமாக்கியது என்பேன். அவர்கள் குணமாகி மகிழ்ச்சியுடன் வீடு திரும்புவதை கடவுள் எங்களுக்குத் தரும் சிறந்த பரிசாகவும், ஆசீர்வாதமாகவும் கருதினோம்.

காலை துவங்கி இரவுவரை நோயாளிகளை கவனித்தோம். வீடு திரும்ப முடியாத நோயாளிகள் அருகில் ஏதாவது ஒரு இடத்தில் தங்கி விடுவார்கள். அவர்களை உள்ளே வைத்து கவனிக்கும் வசதி எதுவும் இல்லை. நீண்ட தொலைவிலிருந்து மோசமான மலைப் பாதையில் அவர்களை தினம்தினம் அலையச் செய்வது மன வேதனை தருவதாகவே இருந்தது. எனவே முடிந்தவரை எங்களிடம் வரும் நோயாளிகளை குணமாக்கி அனுப்பினோம் என்ற நிறைவுடன் அந்த சிறிய இடத்தில் பணிபுரிந்தோம்.

சாங்டாங் வாழ்க்கை

எங்களுக்கு வரவேண்டிய கடிதங்கள் யாவும் அல்மோரா வந்து அங்கிருந்து அஞ்சல் ஓட்டகக்காரர் சாங்டாங் கொண்டு வந்து சேர்க்க வேண்டும். ஒவ்வொரு ஓட்டகக்காரரும் 8 மைல் ஓடி, அடுத்தவருக்கு அஞ்சல் பையைத் தருவார். இப்படி அல்மோராவிலிருந்து, இரண்டு நாட்கள் ஓட்டத்தில் பின் பத்திரமாகக் கடிதம் வந்து சேரும். சாதாரணமாக ஒருவர் இந்த தூரத்தைக் கடக்க 6 நாட்களாகும்.

இந்த மக்கள் எட்ட முடியாத மலைக் கிராமத்தில் எந்த மருந்தும் எளிதில் கிடைத்து விடாது. மருந்தில்லாமல் மருத்துவம் ஏது? நான் கரீம் நகர் மருத்துவமனையின் நிர்வாகியாக இருந்தபோது, அந்த மருத்துவமனைக்கு மருந்துகள் கொடுத்துக் கொண்டிருந்த கம்பெனியின் நினைவு வந்தது. நான் அவர்களுக்குத் தேவையான மருந்துகளின் பட்டியலை அனுப்பியதுடன், அவற்றைக் கழுதைகள் சுமந்துவரும் வகையில் சிறிய சிறிய பெட்டிகளாக அனுப்பச் சொல்லி எழுதினேன். அப்படியே அனுப்பிய அவர்கள் அதற்கான தொகையை மெதுவாகவே பெற்றுக் கொண்டார்கள்.

வரும் எல்லா நோயாளிகளையும் புறநோயாளிகளாகவே பார்த்து அனுப்பிவிட முடியவில்லை. சிலரைச் சிலநாட்களாவது

படுக்கையில் வைத்து மருத்துவம் பார்ப்பது அவசியமானது. நாங்கள் உள்ள இடமோ மிகச் சிறியது. என்ன செய்வது எனக் குழம்பிக் கொண்டிருந்தோம். எங்கள் தேடலை முடிவுக்குக் கொண்டு வந்தார் நல்ல நண்பர் ஹீரா பலீப் பப்னி. மூன்று மைல் தொலைவில் தனது உறவினர் ஒருவரின் வீடு காலியாக உள்ளது, பார்ப்போம் என்றார். மூன்று அறைகள் கொண்ட அந்த வீட்டுக்காரர் சேரா எங்களுக்கு அதை வாடகைக்குத்தர முன்வந்தார். ஒரு இமயமலைவாசியின் அச்சு அசல் வீடு. கீழ்ப்பகுதி முழுவதும் ஆடு, மாடுகளைப் பாதுகாப்பாகக் கட்டுவதற்கான தளம். 'கோட்' என்று அவர்களின் பஹரி மொழியில் அதை அழைத்தாலும், நாங்கள் அதன் ஆங்கிலப் பொருத்தமும் சரியென்றே உணர்ந்தோம். இதனால் வீடே கதகதப்பாக இருக்கும். இது ஒரு இயற்கை வழி குளிர்ப்பதன முறை. வீட்டின் மேல்பகுதியில் பிரிக்கும் அறைகள் மரத்தால் தடுக்கப்பட்டு மண் பூசப்பட்டிருந்தன. சாணம் பூசப்பட்டு அழகாக இருந்தது. சுவர்கள் செம்மண் பூச்சும் சுண்ணாம்பின் வெள்ளையாலும் அழகுப்படுத்தப்பட்டிருந்தது. சாணப்பூச்சும், மணமும் எனக்கு முதலில் விருப்பமானதாக இல்லை. பின் போகப்போக நானே இதில் தேர்ச்சி பெற்றவளாகி விட்டேன். மலை மக்களின் பண்பாடும், கலையும் அவர்கள் சூழலின் தேவையில் உருவாவன. மண்ணுடனும் மனிதர்களுடனும் கலந்தன. அவற்றை ஏற்றுக் கொள்ளாமல், புரிந்து கொள்ளாமல் நாம் அந்த மக்களுடன் கலக்க முடியாது. சேவை செய்ய முடியாது.

வழக்கம்போல் எங்கள் புறநோயாளிகள் அந்த பழைய தேநீர்க் கடையின் சிறிய அறையிலேயே தொடர்ந்தது. நாங்கள் சாங்டாங் வீட்டிலிருந்து சேராவுக்கு மாறிவிட்டோம். சேராவில் உள்ளுறை நோயாளிகளைச் சேர்த்து மருத்துவம் செய்தோம். ஒரு சிறிய அறை எங்களுடைய வீடானது. அந்த சிறிய அறையே எங்களுக்குப் போதுமானதாக இருந்தது. எங்களிடம் பெரிய சோபாக்கள் கட்டில்கள் ஏதுமில்லை. எளிய தூக்கப்பை, சில சமையல் பாத்திரங்கள். சாப்பிட பித்தளைத் தட்டு, குடிக்கக்கண்ணாடி டம்ளர்கள் அவ்வளவே. மனநிறைவான எளிய வாழ்க்கை. தினமும் எங்கள் மருத்துவமனைக்கு நடந்து போவோம். இரவு வரைத் தொடர்ந்து வேலை. இரவு சப்பாத்தி, சப்ஜி, பின் தூக்கப்பையுள் நுழைந்து துக்கம். இதுதான் எங்கள் தினசரி வாழ்வு.

மின்சாரம் இல்லை. பிரகாசமான ஒளி இல்லை. சின்ன மண்ணெண்ணெய் விளக்குகூட அபூர்வமாகவே அந்த கிராமத்தில் இருக்கும் ஒவ்வொரு பொருளும் தூரத்திலிருந்தே கழுதைகள் மீது வந்து சேரும். எங்களிடம் இரண்டு விளக்குகள் இருந்தன. அதுவே அங்கு பெரிய ஆடம்பரம். அந்த கிராம மக்களுக்கு சின்ன மண் அகல்விளக்குதான். அவர்கள் அதை 'தியா' என்று அழைத்தார்கள்

மின்சாரம் இல்லாத குறை எங்களுக்குப் பெரிதாகத் தெரியவில்லை. நாங்கள் சூரியனுடன் விழித்தோம், சூரியனுடன் உறங்கிப் போனோம்.

மக்கள் எங்களிடம் மிகவும் பிரியத்துடன் நடந்து கொண்டார்கள். காய்கறி, பழங்கள், போல், அரிசி, நெய் என அனைத்துத் தேவைகளும் எங்களைத் தேடி வந்துவிடும். நாளாக நாளாக எங்களைத் தேடிவரும் மக்கள் கூட்டம் அதிகமானது. வெகுதூரத்திலிருந்தும் வந்தனர். நேபாளத்திலிருந்து கூட எட்டு நாள் பயணம் செய்தும் நோயாளிகள் வந்தனர். எங்கள் இடம் இரு நாட்டு எல்லையிலிருந்தும் 15 மைல்கள் தொலைவில் இருந்தது. நேபாளம் எவ்வித வசதியுமற்று பின்தங்கிய பகுதியாக இருந்தது.

படிப்படியாக நாங்கள் அப்பகுதியில் வேரூன்றினோம். மக்கள், எங்களுடன் நெருங்கி நல்ல நண்பர்களானார்கள். பிதோராகர் தான் அடுத்த பெரிய ஊர். அங்கு ஒரு சிறிய அரசு மருத்துவமனை உண்டு. ஆனால் டாக்டர் எவரும் இல்லை. சிறுசிறு கடை உண்டு. மக்களின் தினசரித் தேவையான சாதாரணப் பொருட்கள் மட்டும் விற்கப்படும். எங்களுக்கு ஓய்வு கிடைக்கும் போது கால்நடையாக பிதோரகர் செல்வோம். ஜீட்சிங் என்ற கடைக்காரர் எங்களுக்கு நண்பரானார். ஹிரா பாலிப் பட்னி எனும் பிராமணர் மட்டும் நன்கு ஆங்கிலம் பேசுவார். அவர் எங்களுக்கு உடனிருந்து உதவுவார். காதிர் பக்ஸ் அவர் மகன் ஹைதர்பக்ஸ் இவர்களுக்குப் பெரிய பழத்தோட்டம் உண்டு. அவர்கள் ஜாதிமத வேறுபாடின்றி எங்களை உறவு கொண்டாடி ஏற்றனர். அனைவருக்கும் லாரி சகோதரர், நான் சகோதரி — தாதா.

எங்களின் இந்த சவால்மிக்க நாட்களில் லாரி ஒரு அற்புதமான துணையானார். அன்பு, பாசம், அறிவு, சாகசம், தைரியம் அனைத்தும் கொண்ட சிறந்த துணை அவர். மொழி ஒரு பெரும் தடைச் சுவரான அந்த மலைப் பகுதியில் அன்பே மொழியானது. எனக்குக் கொஞ்சம் உருது தெரியும். லாரிக்கு கொஞ்சம் இந்தி தெரியும். ஆனால் அந்த மக்கள் பேசும் மொழியோ முற்றிலும் வேறுபட்ட பஹாரி மொழி. எனினும் தடையேதுமின்றி நாட்கள் ஓடின.

இந்த நேரத்தில் ஹைத்ராபாத் நிஜாம், இந்திய அரசுடன் தனிநாடு வேண்டுமென்று போராடினார். சில நாட்களில் நிஜாம் அடக்கப்பட்டார். அதன் பின்னரே, அங்கு ஒரு வங்கியில் முடங்கிக் கிடந்த எனது சொற்ப சேமிப்பை எடுக்க முடிந்தது. பணத் தட்டுப்பாட்டை ஒரு வழியாகச் சமாளித்தோம். சீனாவில் லாரியுடன் பணியாற்றிய நண்பர்கள் எங்கள் சாகச வாழ்க்கை முயற்சியை அறிந்து உதவ முன்வந்தனர். அவர்கள் அவ்வப்போது பணம் அனுப்பினர். அதைக் கொண்டு லாரி பேக்கர் சொசைட்டியை

உருவாக்கினோம். அத்தகைய நல்ல நண்பர்களின் உதவியினால்தான் எங்களால் மிகவும் சிரமமான, சவாலான புதுப்புது வாழ்க்கைச் சாகசங்களை எதிர் கொள்ள முடிந்தது. அவர்கள் உதவியுடன், எங்கள் மருத்துவமனை பல வசதிகளைப் பெற்றது. மக்கள் அதனால் பெரும் பயன் பெற்றனர்.

மருத்துவத் துறையின் அனைத்து சிறப்புப் பிரிவுகளின் சேவைகளையும் வழங்கினோம். பிரசவம் துவங்கி, அறுவை சிகிச்சை, எலும்பு முறிவு, தோல், தொண்டை என எதையும் நாங்கள் முடியாது என விடவில்லை. தூர தூர இடங்களிலிருந்தும் மிகுந்த நம்பிக்கையுடன் மக்கள் வந்தனர் ஹைத்ராபாத் மருத்துவமனையில் நான் பெற்ற அனுபவம் பெரிதும் துணைபுரிந்தது. என் தன்னம்பிக்கையும், கடவுளின் துணையும் தான் எனக்குப் பெரும் துணை. லாரியின் உடனிருப்பு எதையும் சமாளிக்கும் வலிமை தந்தது.

சீனாவின் பின்தங்கிய பகுதிகளில், போர்க்களங்களில் மிக மோசமான நோயாளிகளையும் சமாளித்த லாரியின் அனுபவம் அறுவை சிகிச்சைகளுக்கு மயக்க மருந்து கொடுப்பதற்குப் பெற்ற பயிற்சி, எனக்கு இந்த மலையில் பெரும் உதவியானது. கட்டிடக்கலை நிபுணராக அவருக்கு மருத்துவமனையில் என்ன வேலை என்று சிலர் கேட்பார்கள். அப்போது, “இவர் டாக்டர் மீதி எல்லா மருத்துவப் பணியாட்களும் நான். நானே நர்ஸ்; நானே வார்ட் பாய்; நானே மயக்கவியல் நிபுணர்;” என்பார். கடுமையான, சவாலான வேலைதான். ஆனால் குணமாகிப் போகும் மக்களின் அன்பு, நன்றி மிகுந்த பார்வையும், பாச உறவுக்கும் மிஞ்சிய பரிசு வேறு என்ன இருக்க முடியும்?

மக்களுடன் உறவு வளர்த்தோம்

எங்கள் மருத்துவமனை இட உரிமையாளர் தனது சிறிய வீட்டை எங்களுக்கு வசிக்க வழங்கினார். எங்களுக்கான கட்டிலை போட்டுக் கொள்ளும் அளவுக்கு இடம் கொண்டதாக இருந்தது. கட்டிலின் நீள அளவுக்கு ஜன்னல் இருந்தது. நல்ல காற்றோட்டமான அறை. கட்டிலுக்கு எதிர்புறம் கதவு. திறந்தவுடன் எங்கள் மருத்துவ அறை. மூடிவிட்டால் பாதுகாப்பான எங்கள் அறை. கட்டிலை ஒட்டி இருந்த கல்திட்டு எங்கள் டைனிங் டேபிள். இரண்டு பல ஸ்டூல்கள்தான் சேர்கள். அதை ஒட்டி சமையல் செய்ய மற்றொரு கல்திட்டு.

எங்கள் அறை கரிப்பிடித்து விடக்கூடாது என்பதற்காக நாங்கள் புகையற்ற கரி அடுப்பையே பயன்படுத்தினோம். இதுதான் எங்கள் மருத்துவமனையும், பங்களாவும். பின்னர் படிப்படியாக குளிய லறையும், சமையலறையும் அதற்குள் ஒரு அறை வீட்டையும் (சாமான்கள் வைக்கும் அறை) உருவாக்கிக் கொண்டோம். எங்கள் பழைய மாட்டுக் கொட்டடி வீடு எங்கள் நோயாளி களுக்கான பகுதியாக்கப்பட்டது. நிறைய நோயாளிகள் பக்கத்து கிராமங் களிலிருந்தும் வந்து குவியத் துவங்கினர். காலை முதல் இரவுவரை ஓய்வின்றி வேலை செய்தோம். சில மோசமான நிலையில் நோயாளிகள் வந்தபோது இரவு முழுதும் அவர்களுடனேயே இருக்க

நேர்ந்தது. வளர வளர, மாட்டுக் கொட்டகை போதாமல் போனது. எங்களுக்கு உதவ ஆட்களும் தேவைப்பட்டனர். ஆனால் வசதியான சமவெளியை விட்டு, எந்த வசதியுமற்ற மலைப்பகுதிக்கு வர யார் முன்வருவார்கள்? அவர்களுக்கு இடம், உணவு, சம்பளம் இவற்றை எப்படிச் சமாளிப்பது? சில உள்ளூர் மக்கள் எங்களுக்கு உதவ முன்வந்தனர். வீட்டையும் மருத்துவமனையையும் தூய்மைப்படுத்தும் சுமை எங்களுக்கு குறைந்தது. எங்கள் துணிகளைத் துவைத்துத் தரவும் ஒருவர் முன்வந்தார்.

மருத்துவமனைக்கு இடம்தேடி அலைந்தோம். கண்முன் பரந்துகிடந்தது இமயமலை. ஆனால் எங்களுக்கு ஒரு சின்ன இடம் கிடைக்கவில்லை. கூட்டுக் குடும்பச் சொத்து நிலம். விற்க அனைவரின் ஒப்புதலும் தேவை. நிலத்தை உழுது விளைவதைக் கொண்டே ஜீவிதம். வேறு காசு என்பதே அவர்கள் பெரிதும் அறியாதது. அரிசி, கோதுமை, உருளைக் கிழங்கு, வெங்காயம், பருப்பு இவற்றை விளைவிப்பார்கள். பண்டமாற்று செய்து கொள்வார்கள். குதிரில் போட்டு சாணி பூச்சி காற்றுப்புகாமல் ஒரு வருடத்திற்குப் பாதுகாத்துக் கொள்வார்கள். வெங்காயத்தை அடுப்பின் மேலே கயிற்றில் கட்டித் தொங்க விட்டு விடுவார்கள். கீழே ஆடுமாடுகள் மேல் தளத்தில் ஒட்டு மொத்தக் குடும்பமும் வாழும். சமைப்பது, படுப்பது எல்லாம் அங்கேதான்.

இடம் தேடும் படலம் முடியவே இல்லை. ஏதாவது ஒரு காரணம் நிலம் கிடைப்பது தள்ளித் தள்ளிப் போனது. சலித்துப் போய் வேறு இடத்துக்குப் போவோம் என்றால், அதற்கும் வாய்ப்பில்லை. நன்கு பழக்கமாகி, அதிகமான மக்கள் தேடிவரும் இந்த இடத்தை விட்டு புதிய இடம் தேடி எப்படி போவது? எப்படியோ இட நெருக்கடியுடன் தினமும் நாளைத் தள்ளினோம்.

ஒரு நாள் பக்கத்து கிராமத்துப் பெரியவர் ஒருவர் வந்தார். தன் மனைவிக்குப் பிரசவம் பார்க்கும்படி வேண்டினார். கடைசி நேரம் வரை உள்ளூர் மருத்துவச்சியிடம் தான் அவர்கள் பிரசவம் பார்ப்பார்கள். வெளியில் போய் மருத்துவமனையில் பிரசவம் என்பது அவர்கள் அறியாத ஒன்று. கர்ப்பமுற்ற பெண்ணுக்கு வலி வரும்போது ஒரு தனி வீட்டில் வைக்கப்படுவார். அவள் அப்போது 'தீட்டாகி' விடுவாள். அடுத்த எட்டு நாட்கள் தனியே அங்கு இருக்க வேண்டும். குழந்தை பிறப்பதற்கு உதவ உள்ளூர் மருத்துவச்சி மட்டும் சொல்வார்.குழந்தை பிறந்தவுடன், தொப்புள்கொடி ஒரு கூரிய கல்லால் வெட்டப்பட்டு குழந்தை எடுக்கப்படும். பின் நஞ்சுப்பை விழுந்தபின், அப்பெண் தனது துணிகளை எடுத்து தானே அவற்றைத் துவைத்து சுத்தம் செய்து, சாணி மொழுகிய அறையில்தான் அடுத்த எட்டு நாட்கள் இருக்க வேண்டும். அந்த இடத்தைச் சுற்றி மாட்டுச்

சாணத்தால் ஒரு கோடு போட்டுப் பிரிக்கப்பட்டிருக்கும். அது தடுக்கப்பட்ட 'லட்சுமணரேகா' போல எட்டு நாட்களுக்குப் பின் ஆகும். தான் இருந்த இடத்தைச் சாணியிட்டு மொழுகி, கோமியம் தெளித்து விட வேண்டும். அப்போதுதான் அவரது தீட்டு கழியும். அதன்பின் அவர் வீட்டுப் பணிகளில் கலக்கலாம்.

தன் மனைவிக்குப் பிரசவம் பார்க்கக் கேட்டுவந்த திகார்சிங் எங்களுக்கு அறிமுகமானவரே. ஜீதத்சிங்கின் தேனீர் கடையில் சந்திப்போம். அவரது மனைவிக்கு அழகிய குழந்தையை மிகுந்த சிரமத்துடன் எடுத்துக் கொடுத்தோம். முடிக்கும்போது விடிந்து விட்டது. திகார்சிங் எங்களுக்குத் துணையாக வீடுவரை கூட வந்தார்.

வழியில் பாறைகளை மலிந்த ஒரு மொட்டை மேட்டில் கிடைத்த பாறை ஒன்றின் மீது அமர்ந்தோம். எதிரே சூரியன் பனி முகடுகள் நடுவே தனது பொன்னொளிர் கதிர்களை வீதி வெளியே வரப் புறப்பட்டுக் கொண்டிருந்தான். வானம் சூரியனைப் பிரசவிக்கச் சிவந்து கிடந்தது. எதிரிலிருந்து மலைச் சிகரங்கள் ஒவ்வொன்றும் ஜொலிக்கத் துவங்கின. பஞ்சுலிஸ் மலைத்தொடர் ஐந்து பிரமிடுகள் போன்றது. எதிரே 600 கிலோ மீட்டர் தூர அளவுக்கு மலைகளைப் பார்க்க முடியும். அற்புதமான காட்சி. அகலமனமே இல்லை. ஆனாலும் திகார்சிங் புறப்பட அவசரப்பட்டார். "என்ன இந்த இடத்தை மிகவும் விரும்புகிறீர்களா?" என்றார். "ஆம் கடவுள் படைத்த பேரொழில் கொண்ட இடங்களில் இதுவும் ஒன்று" என்றோம். "என்ன இந்த இடம் உங்களுக்கு வேண்டுமா?" என்று கேட்டார். பின் "இந்த மொட்டைப் பாறையில் தண்ணீர் எதுவும் இல்லை. எதுவும் விளையாது. உங்களுக்கு வேண்டுமானால் நீங்கள் எடுத்துக் கொள்ளலாம்" என்றார்.

எங்களால் எங்கள் காதுகளை நம்ப முடியவில்லை. ஆனாலும் திகார் சிங் உண்மையாகிலுமே எங்களுக்கு அந்த இடத்தைத் தரத் தயரானார். அடுத்த சில நாட்களில் நிலத்தை எங்கள் பெயருக்குப் பட்டா எழுதித் தந்துவிட்டார். நாங்கள் அவருக்கு ஒரு நியாயமான விலையைத் தர முன்வந்தோம். அந்த அழகிய மலைஉச்சி எங்கள் சொந்தமானது. இனி மருத்துவமனை கட்டும் பணிகள் துவங்க வேண்டியதுதான் தண்ணீர் கீழே சுனையிலிருந்து எடுத்துவர வேண்டும். வேலையாட்களுக்குப் பஞ்சமில்லை. கூலி மிகவும் குறைவு தான். ஒருவகையில் பெரும்பாலும் பணம் ஈட்ட வழியில்லாத அப்பகுதியில் அது மக்களுக்கு மிகவும் பயனுள்ள ஒன்றே. லாரிக்கு மெத்த மகிழ்ச்சி. கடைசியாகத்தான் கற்றதைப் பயன்படுத்த ஒரு நல்ல வாய்ப்பு. கட்டிய வரைபடம், கட்டிட சாமான்கள், திட்டமிடல் என லாரி மிகவும் தீவிரமாக வேலையில் இறங்கி விட்டார். நவீன

கட்டுமானப் பொருட்கள் எதுவும் கிடைக்காத மலையில் அங்கு கிடைப்பனவற்றைக் கொண்டு மட்டுமே கட்டிடம் கட்ட வேண்டும். அங்கு கிடைக்கும் கற்கள், மண் இவற்றைக் கொண்டுதான் கட்ட வேண்டும். இத்தகைய மூலப்பொருட்களைக் கொண்டு, தேவையற்ற கட்டுமானங்கள், ஆடம்பரங்கள், வீணாக எதுவும் செய்யாமல், தனித் தன்மையுடன் மலிவானதொரு கட்டிடத்தை உருவாக்கும் தேவை லாரி பேக்கருக்கு ஒரு முதல் நல்வாய்ப்பாக அமைந்தது. இயற்கையாக அந்த இடத்தில் கிடைக்கும் பொருட்களைக் கொண்டு அழகான கட்டிடம் கட்டும் கலைக்கு அது ஒரு பரிசோதனைக் களமாக லாரிக்கு அமைந்தது.

அந்த உயர்ந்த இடத்தில் நின்று ஒறுபுறம் பார்த்தால் உயர்ந்த மலைகள், மறுபுறம் அழகிய பள்ளதாக்கு என ஓர் இயற்கை எழில் மிக்க இடம் அமைந்தது. இந்தக் காட்சி மறையாத வண்ணம் வீடும், மருத்துவமனையும் அமைய லாரிக்கு மலையில் கிடைக்காத கண்ணாடிகள் தேவைப்பட்டன. பெரிய கண்ணாடி ஜன்னல்கள் அமைக்கவும், பனிக்காற்றைத் தடுக்கவும், கீழே இருந்து கண்ணாடிகள் கொண்டு வந்தோம். மருத்துவ ஆலோசனை அறை, சிறிய அறுவை சிகிச்சை அரங்கம், மருந்தக அறை, பிரசவ அறை, சிறிய வாழ்விடம், சமையலறை என ஓர் அற்புதமான கட்டிடம் உருவாக்கப்பட்டது.

பின் படிப்படியாக அறைகள்,வார்டுகள் கட்டி விரிவுப்படுத்தினோம். கணப்புடன் கூடிய தனி அறைகள் சிலவற்றையும் கட்டினோம். தரைகளில் மண்ணும்,சாணமும் கலந்து அப்பகுதியின் நுட்பத்துடன் அமைத்தோம். சுவர் சுண்ணாம்பால் பூசப்பட்டது. சாணமும், கோமியமும் புனிதமானது. நோய் தடுக்கும் என்று பயன்படுத்தினார். எனக்கு இது அறிவியல் பூர்வமானதுதானா என்ற சந்தேகம். ஆனால் நாங்கள் அறுவை சிகிச்சை செய்த, பிரசவம் பார்த்த ஒரு நோயாளிகூட பாதிக்கப்படவில்லை. எது காரணமோ?

நோயாளிகள் அதிகரிக்க அதிகரிக்க, மருத்துவமனை விரிவாகிக் கொண்டே போனது. சில சமயம் 50 நோயாளிகள்கூட இருப்பர். பிராமணர், தாகூர், ராஜ்புத் மற்றும் மலைவாழ்மக்கள் எனப் பல தரப்பட்ட மக்களும் சிகிச்சைக்கு வந்தனர். மிகவும் தாழ்த்தப் பட்டவர்களும்கூட அனுமதிக்கப்பட்டனர். ஜாதியும், மதமும், பிரிவினையும், பகையும் நுழைய முடியாத அன்பின் சாம்ராஜ்யமாக அந்த மருத்துவமனை உருவானது. காளி நதியைக் கடந்து நேபாளியர்கள் வந்தனர். திபெத்திலிருந்து போத்தியா பழங்குடி மக்கள் தேடி வந்தனர். மனிதத் துயரமும், நோயும் தீர்க்கும் ஒரு பொது மையமாக எங்கள் மருத்துவமனை ஏற்கப்பட்டது.

போத்யா பழங்குடி மக்கள்

இந்தியாவையும் திபெத்தையும் இணைத்து வணிகப் பாலமாகத் திகழ்ந்தவர்கள் போத்யா மக்கள். அவர்கள் தமக்கென சிறப்பான தனித்த மதம், பண்பாடு, அடையாளங்கள் கொண்டவகர். மகிழ்ச்சியும் நட்பும், நல்லுறவும் கொண்ட இனிய மக்கள் அவர்கள். ஆடுகளை வளர்த்தனர். அவர்கள் அவற்றிலிருந்து ரோமம் எடுத்துத் தூய்மைப்படுத்தி, கம்பிளிகளையும், ஆடைகளையும் உருவாக்கும் கலையில் தேர்ந்தவர்கள், கம்பிளியை பளிச்சென ஜொலிக்கும் வண்ணங்கள் ஏற்றி அழகிய குளிராடைகளைத் தயாரிப்பர். செடி கொடிகளின் சாற்றைக் கொண்டும், வண்ண மண்ணைக் கொண்டும் சாயங்களைத் தயாரிப்பர். கடினமான உழைப்பாளிகள், அதே சமயம் மகிழ்ச்சியாக வாழும் மக்கள். தாராள மனம் கொண்ட நல்ல மனிதர்கள்.

அவர்களுக்குச் சாதாரணமாக மூன்று வீடுகள் இருக்கும். முதல்வீடு காளி நதியின் கரையில், மலையடிவாரத்தில் அமைந்துள்ள ஜல்ஜிபியில் அமைந்த நிரந்தர வீடு. அக்டோபர் துவங்கி ஜனவரி வரை அவர்கள் ஜல்ஜிபியில் இருப்பார்கள். ஆண்கள் சமவெளிக்குச் சென்று திபெத்தில் வாங்கிய பொருட்களை விற்பர். தங்கள் பொருட்களுக்கு பதில் தேயிலை, சர்க்கரை, ஆயத்த ஆடைகள்,

தொப்பி போன்ற திபெத்தில் கிடைக்காத பொருட்களை வாங்குவர். இத்தகைய பண்ட மாற்று வணிகம் பல்லாயிரம் ஆண்டுகளாக நடைபெற்று வருகிறது. போத்தியா — திபெத்தியர் — இந்தியர் இடையேயான நட்பும் பலமாக இவர்களின் வணிகம் நிகழ்கிறது. 1961 இல் இந்தியாவுக்கும் திபெத்திற்குமான எல்லை மூடப்பட்டது. சீனா திபெத் தன்னுடைய நாட்டின் ஒரு பகுதி என்று உரிமை கொண்டாடியது. தலாய் லாமாவுக்கு இந்தியா அடைக்கலமளித்தது. இரு நாடுகளுக்குமிடையே போத்தியாக்களால் தொடரப்பட்ட வணிக உறவு முற்றாக நின்று போனது. போத்தியாக்களில் சிலர் சீனாவுக்கும், சிலர் இந்தியாவுக்கும் என சிதறிப் போயினர்.

நாங்கள் போத்தியாக்களுடன் திபெத்திற்குச் சென்ற பயணம் மிகவும் சவாலானது. கடல் மட்டத்திற்கு 13,000 அடி மேலே உள்ள மிலம் சிகரத்தில் அடியில் உள்ள பகுதிக்குச் சென்றோம். போத்யா மக்களின் கலாச்சாரம் எங்களை மிகவும் கவர்ந்தது. அவர்களில் பலர் எங்கள் நண்பர்கள் ஆனார்கள். எனவே அவர்களுடன் மிலம் பகுதிக்குச் செல்ல முடிவு செய்தோம். எனவே புதிய நோயாளிகளைச் சேர்க்கவில்லை. பழைய நோயாளிகளை ஒவ்வொருவராக அனுப்பிப் பயணத்திற்குத் தயாரானோம். தேவையான மருந்துகள், சில அறுவை சிகிச்சைக் கருவிகள் என முக்கியத் தேவைப் பொருட்களை சேகரித்தோம். மலைப் பாதையில் நடக்கக் காலணிகள், குளிருக்குத் தேவையான ஆடைகள், வழியில் சாப்பிடக் கொஞ்சம் உணவு என எடுத்துக் கொண்டோம். கனத்த கம்பளிக் காலுறை போட்டு அதற்கு மேல் ஷூ அணிவது எனக்குச் சிரமமானதாக இருந்தது. எனினும் வேறு வழியில்லை. ஆனால் என்னால் சேலையை மட்டும் மாற்றிக் கொள்ள முடியவில்லை. சல்வார், கம்மீஸ் எனக்கு அசௌகரியமாக இருந்தது. லாரியின் தாயார் கம்பளியாலான உள்ளாடையை அனுப்பியிருந்தார். அவற்றை அணிந்து மேலே சேலை கட்டிக் கொண்டேன். கம்பளிக் குல்லாய், பின், எனது அடர்ந்த கூந்தலும் பனிக்குப் பாதுகாப்பாக இருந்தது. இரண்டு கூலியாட்களை எங்கள் சாமான்களை எடுத்துவர அமர்த்திக் கொண்டோம். எங்கள் மெத்தைப் போர்வையையும், சிறிய கூடாரத்தையும் கூட எடுத்துக் கொண்டோம்.

தொடர்ந்து பல நாட்கள் மலைமலையாக ஏறி இறங்கினோம். முதலில் 'தால்' என்ற இடத்தை அடைந்தோம். தால்கோரி, கங்கா நதியின் மறுபுறம் இருந்தது. கங்கையில் பல உப நதிகளில் ஒன்று கோரி கங்கா. மிலம் பனிச்சிகரங்களில், கோரி கங்கா உற்பத்தியாகிறது. பயங்கரமான வேகத்துடன் மலைச் சிகரங்களிலிருந்து பாய்ந்து வரும் நதியைப் பார்ப்பதற்கே பயமாக இருக்கும். மிகுந்த ஆழம் இல்லாவிட்டாலும் அதன் வேகம் அதில் இறங்கிக் கடக்க என்னைப்

பயமுறுத்தியது. குளிர்ந்த நீரால் கால்கள் மரத்துப் போகும் என அஞ்சினேன். ஆனால் லாரி மிகவும் உற்சாகமாகத் தண்ணீரில் இறங்கினார். என்னையும் பயப்படாமல் இறங்க உற்சாகமூட்டினார். எங்களை அழைத்துச் செல்ல வந்திருந்த உள்ளூர்காரர் எனக்கு தைரியமூட்டி, என் கைகளைப் பிடித்து அழைத்துச் சென்றார். எப்படியோ பாதுகாப்பாக மறுகரை ஏறினோம். நல்லவேளை அருகிலேயே ஒரு பயணிகள் பங்களா இருந்தது. எங்கள் துணிகளைக் காய வைத்து, கணப்பில் உடம்பைச் சூடேற்றிக் கொண்டோம். நல்ல சூடான உணவு உண்டு, நன்கு வசதியாகத் தூங்கி அடுத்தநாள் பயணத்திற்குத் தயாரானோம்.

அடுத்து நாங்கள் 9000 அடி உயரத்தில் உள்ள முன்சியாரி என்ற இடத்தை அடைந்தோம். அதுவரை எங்கள் சாமான்களை எடுத்துவந்த கூலிகள் இந்த உயரத்திற்குமேல் வர முடியாது என்றார்கள். எனவே குளிரைத் தாங்கிக் கொண்டு உயரத்தில் ஏறக்கூடிய உள்ளூர் ஆட்களை ஏற்பாடு செய்து கொண்டோம். பின் 'தாள்' எனும் இடத்தில் ஓய்வெடுத்துக் கொண்டு, மறுநாள் புறப்பட்டோம். எங்கள் முன் சென்ற போத்தியா குடும்பத்தினரைப் பின் தொடர்ந்து நடந்தோம். அவர்கள் தங்கள் ஆடுகளையும் கூடவே தமது நாய்களையும் அழைத்து வந்தனர். நாய் காட்டு மிருகங்களிடமிருந்து அவர்களைக் காக்கும் என்றனர். நாங்கள் எங்கள் பயணத்தில் எந்தக் காட்டு மிருகங்களையும் காணவில்லை என்றாலும் கரடி, சிறுத்தை போன்ற மிருகங்கள் சாதாரணமாக உலவுவதாகக் கூறினார்கள். முன்சியாரி தான் போத்யாக்களின் இரண்டாவது வீடு. அங்குதான் அவர்களுக்கான நிலையான வீடு உள்ளது. அவர்களின் விளை நிலத்தில் அவர்கள் கோதுமை, ஓட்ஸ், சோளம் போன்றவற்றைப் பயிரிடுவர். ஆடுகளின் ரோமத்தால் கம்பளம் செய்வார்கள். மிலம் சென்றடைய மேலும் இரண்டு நாட்கள் பயணம் செய்தாக வேண்டும். சாதாரணமாக ஊனமுற்றவர்கள், கருவுற்ற பெண்கள் போன்றோரை முன்சியாரியிலேயே தங்க வைத்துவிடுவர். வலுவானவர்கள் மட்டுமே மிலம் செல்வார்கள். இவர்களின் மூன்றாவது வீடு மிலம்மில் இருக்கும். அவர்கள் திபெத்திலிருந்து விற்பனைப் பிரதிநிதிகள் வந்து குரல் கொடுக்கும் வரைக் காத்திருப்பார்கள். பின் போத்யா வியாபாரிகள் தங்கள் மாடுகளின் மீது சுமத்தப்பட்ட சாமான்களை திபெத்திற்குள் விற்பனைக்குக் கொண்டு செல்வார்கள். பின் சில நாட்கள் தங்களது பொருட்களை விற்கவும், அங்கு மலிவாக கிடைக்கும் பொருட்களை வாங்கிக் கொண்டும் திரும்புவர். அங்கிருந்து வாங்கும் பாறை உப்பு, விலை உயர்ந்த கற்கள் போன்றவற்றை இந்தியா கொண்டு சென்று விற்பனை செய்வர்.

முன்சியாரியிலிருந்து மிலம் வந்து சேரும் பயணத்தில், லாரியுடன் நாங்கள் கோரி கங்காவைக் கடந்தது மறக்க முடியாத நிகழ்வு. நதி முழுவதும் உறைந்து பனியாய்க் கிடந்தது. ஒரு அடி தவறினாலும் பனிநீரில் மூழ்கிச் சாகவேண்டியதுதான். சேலையுடன் நடந்த எனக்கு அது மிகவும் கடினமானதாக இருந்தது. நான் சேலையை சுருட்டிக்கட்டி ஒரு மிருகம் போல நான்கு கால்களால் ஊர்ந்து நடந்தேன். கடைசியில் ஒரு வழியாக 13000 அடி உயரமுள்ள மிலம் சிகரத்தை வந்தடைந்தோம். சுற்றிலும் நான்கு பக்கமும் வெறும் பனிமலைகள்தான்.

லாரி, கூடாரத்தை அடித்துத் தங்கத் தயாரானார். அந்த நேரத்தில் சிலர் வந்தனர். அவர்கள் எங்களை அடையாளம் கண்டு, அன்புடன் அழைத்துச் சென்று, ஒரு வீட்டில் தங்க வைத்தனர். அதில் ஒரே ஒரு அறை மட்டுமே இருந்தது. ஒரு கணப்பு ஒன்றும் அங்கு இருந்தது. அங்கேயே சமைக்கவும் படுக்கவும் செய்யவேண்டும். அவர்கள் தினம் எங்களை வந்து பார்த்துத் தேவையானவற்றைக் கொண்டுவந்து தந்தார்கள். தினமும் நல்ல மாமிசம் கொண்டுவந்து தந்தனர். நல்ல மணக்கும் நெய்யும் கிடைத்தது. மிலம் 500 வீடுகள் உள்ள பெரிய கிராமம் எனலாம்.

வீடுகள் விசித்திரமாக இருந்தன. சுற்றுச் சுவர்கள் கற்களால் கட்டப்பட்டிருந்தன. வீட்டின் கதவுகள் அழகிய வேலைப்பாடுகள் கொண்ட மரத்தால் அமைக்கப்பட்டிருந்தன. ஆனால் கூரை மட்டும் தோலால் வேயப்பட்டிருந்தது.

போத்யாக்களிடம் ஆண் பெண் பேதம் பெரிதாக இல்லை. ஆண்களும், பெண்களும் ஒன்றாக ஆடிப்பாடிக் களித்தனர். பெண்கள் சமத்துவத்துடன் வாழ்ந்தனர். வேறு எங்கேயும் அத்தகைய சுதந்திரமான பெண்களை நான் கண்டதில்லை. நாங்கள் அவர்களுக்கு மருந்துகள் கொடுத்தோம். அங்கே குணப்படுத்த முடியாதவர்களை சாண்டாங் வரச் சொன்னோம். நாங்கள் அவர்களுடன் இரண்டு வாரங்கள் தங்கினோம். அவர்கள் எங்களிடம் அன்பாகப் பழகினர். போத்யாக்களுடனான பழக்கம் ஒரு மாறுபட்ட மனித இனத்துடனான நல்ல உறவாக எங்கள் மனதில் நிலைத்தது.

நட்பு இல்லம் - மித்ர நிகேதன்

சாண்டாங் மருத்துவமனைவேலை விரிவாகிக் கொண்டே போனது. மருத்துவமனையின் படுக்கைகள், அறுவை சிகிச்சை அரங்கு ஆகியவற்றைப் பெரிதாக்க வேண்டியிருந்தது. அதுபோலவே எங்கள் வீட்டையும் பெரிதாக்க வேண்டியதானது. அவ்வப்போது வந்த விருந்தினர்களைத் தங்க வைக்க அறைகள் தேவையானது.

தனக்பூரிலிருந்து பித்தோராகர் வரையான மண் சாலை, தார் சாலையாக்கப்பட்டது. முன்னர் அடிக்கடி மண் சரிவால் தடைப்பட்டுப் போன போக்குவரத்து இப்போது சீரானது. ஒரு வாகனம் மட்டுமே செல்லத் தக்க சாலை விரிவாக்கப்பட்டது. பித்தோராகரிலிருந்து ஐந்து, ஆறு வண்டிகள் ஒன்றாகக் காலை 6 மணிக்குப் புறப்படும். அதுபோலவே சமவெளியில் தனக்பூரிலிருந்து சில வண்டிகள் அதே நேரத்தில் புறப்படும். வாகனங்கள் நடுவில் சம்பாவட்டில் இரண்டும் சந்தித்துக் கொள்ளும். பித்தோராகர் வண்டி மாலை 6 மணிக்கு தனக்பூர் சென்றடையும். இவ்வாறு குறைந்தது 12 மணிநேரப் பயணம், நிலச்சரிவு எதுவும் நிகழாத வரைத் தேவலை. வாகனங்கள் வரும் பாதை அமைக்கப்படும் முன் மக்கள்

ஐந்து நாட்கள் நடந்து பித்தோராகர் வந்து சேருவார்கள். பரேலிதான் அருகில் உள்ள பெரிய நகரம். தனக்பூரிலிருந்து பரேலிக்கு தொடர் வண்டி உண்டு. போக்குவரத்து எளிதானபின் எங்களுக்கு நிறைய விருந்தாளிகள் வரத்துவங்கினர்.

நிறைய நண்பர்கள் கூடும் இடமாக எங்கள் வீடு அமைந்ததால், அதற்கு மித்ரநிகேதன் என்ற பெயர் மிகவும் பொருத்தமானதாகவே இருந்தது. நாங்கள் விருந்தோம்பலில் சலிக்கவில்லை. கோடைகாலமாகிவிட்டால் ஹைத்ராபாத் போன்ற வெப்ப பகுதிகளிலிருந்து மிஷனரி நண்பர்கள் வந்து விடுவார்கள். லாரியின் க்வாக்கர் நண்பர்களும், ஆம்புலன்ஸ் நண்பர்களும் இந்தியா வந்தால், தவறாது வரும் இடமானது எங்கள் மித்ரநிகேதன். பக்கத்து ஊர்களில் உள்ள எங்கள் இமய நண்பர்களும் அவ்வப்போது கூடும் இடமானது. ஜோஷி, சிக்கோட்டி என இரு வழக்கறிஞர்கள், மல்டார் என்ற பணக்கார வட்டிக் கடைக்காரர், வனத்துறை அதிகாரிகள், என நாங்கள் பெரிய நண்பர்கள் வட்டம் கொண்ட பிரபலமானவர்களாகி விட்டோம். நண்பர்கள் கூட்டத்தை விடவும் மருத்துவமனை வேலை மிகவும் அதிகமானது. சமாளிக்க முடியாமல் தவித்தோம். நல்ல வேளையாக ப்ரதா மில்ஸ் எனும் ஓய்வு பெற்ற ஆசிரியை, க்ளாடிஸ் ஹோக் எனும் ஓய்வு பெற்ற மருத்துவர் இருவரும் எங்கள் உதவிக்கு இங்கிலாந்திலிருந்து வர ஒப்புக் கொண்டனர். அங்கு லாரி பங்கேற்ற நண்பர்கள் குழுவில் அவர்களும் சேவை புரிந்தவர்கள்.

மிகவும் ஒழுங்கான மருத்துவரான க்ளாடிஸ் எங்களது அரைகுறை மருத்துவமனையில் பணியாற்றுவது மிகவும் சிரமமாக இருந்தது. அவர் காலை 8 மணிக்குச் சரியாக மருத்துவமனை செயல்படத் துவங்கிவிட வேண்டும் என்பார். சாண்டாங் போன்ற மலைப்பகுதியில் இந்த ஒழுங்கெல்லாம் கற்பனை செய்து பார்க்க முடியாது. மக்கள் தங்களுக்கு வசதிப்பட்டபோது வருவார்கள். நாம் அவர்களை கவனித்தாக வேண்டும். மலை மக்கள் கடிகாரம் பார்த்து வேலை செய்பவர்கள் அல்ல. சூரியனுடன் எழுந்து, சூரியனுடன் உறங்கப் போகிறவர்கள் அவர்கள். எவர் கையிலும் கடிகாரம் இருக்காது. கடிகாரம் என்பது அவர்களுக்கு ஒரு அதிசயக் கருவி.

க்ளாடிஸ் சந்தித்த சில பிரசவங்கள் துரதிருஷ்டவசமாக மிகவும் கடினமானதாக அமைந்தன. தனக்கு உதவத் தக்க அனுபவம் வாய்ந்த மருத்துவர்கள் எவரும் கண்ணுக்கெட்டியவரை இல்லை என்பது அவரது பெருங்குறை. நல்ல முறையான மருத்துவர்க்கு உகந்த இடமாக சாண்டாங் இல்லை என மன வருத்தம் கொண்டார். இந்திய உணவுகூட அவருக்குப் பிடித்தமானதாக இல்லை. எனவே அவரால் நீண்ட நாட்கள் இமயமலையில் பணியாற்ற முடியவில்லை. மாறாக ப்ரதா மில்ஸ் மிகவும் மலையுடன் பொருந்திவிட்டார்.

மருத்துவ அனுபவம் எதுவும் இல்லையென்றாலும்கூட, எல்லா வேலைகளையும் ஆர்வமுடன் கற்றுக் கொண்டு, எங்களுக்குப் பெரும் தவியாக இருந்தார். மருத்துவமனையைத் தூய்மை செய்வது, மருந்து கலக்குவது, கட்டுப்போடுவது, ஏன் சமைப்பது கூடச் செய்தார். எவ்வித வசதிகளுமற்ற மலைப் பகுதியில் வேலை செய்யப் பழகிக் கொண்டார்.

போக்குவரத்து எளிதாகிவிட்டதால், லாரி அடிக்கடி கீழே சென்று தேவையானவற்றை வாங்கி வந்து விடுவார். லக்னோவில் ஒரு மனநல மருத்துவமனை கட்டும் பணியை மேற்கொண்டார். அந்தக் கட்டிடம் புதுமையானதாகவும் அழகானதாகவும் அமைந்தது. தொன்மை முகலாயக் கட்டிடக் கலையை அடிப்படையாகக் கொண்ட நவீனக் கட்டிடம் அது. பூச்சு ஏதுமற்ற செங்கற்களால் கட்டப்பட்ட வீடுகள் அனைவராலும் வியந்து பாராட்டப்பட்டன. பின்னர் அலகாபாத்தில் படகு வடிவில் அவர் கட்டிய தேவாலயம் தனித்தன்மையுடன் நின்றது. அது போல 'அறிவுக் கிராமம்' ஒன்றை லக்னோ அருகில் உருவாக்கினார். ஒவ்வொன்றும் லாரியின் தனித்தன்மைக்குச் சான்றாகின.

அறிவொளிக் கிராமம்

ஒரு நாள் ஒரு தந்தி வந்தது. "உடனே புறப்படவும். லக்நௌவில் ஒரு அறிவொளிக் கிராமம் உருவாக்க வேண்டும். வெல்தி பிஷர்". லாரி பதில் தந்தி தந்தார். "வாய்ப்பில்லை — வெல்தி பேக்கர் என்று பதில் தந்தி வந்தது, நீ வரமுடியாவிட்டால் நான் வருவேன்". வெல்தி என்பது அமெரிக்காவில் சாதாரணமான பெயர். வெல்தி 80 வயது கடந்த மெத்தடிஸ் மதபோதகரின் விதவை மனைவி. கிராமப்புறக் கல்விக்கென அவர் பெரிதும் உழைத்து வந்தவர். கற்ற ஒருவர் கற்பிக்க ஒருவர் என்ற கல்வித் திட்டத்தை முதல் முதலில் அறிமுகப்படுத்தியவர் இவரே. இவர் கால் ஊனமுற்ற பெண். இவரது இந்தக் குறை விளையாட்டுத்தனமாக பதில் தந்தி அனுப்பிய லாரிக்குத் தெரியாது.

கால் மடக்க முடியாத அவர் எப்படியோ சிரமப்பட்டு ரயிலேறி பஸ் ஏறி நடந்து மிகவும் சிரமப்பட்டு பித்தோராகர் வந்து சேர்ந்தார். அப்போது பித்தோராகரையும் தனாக்பூரையும் இணைக்கும் சாலை முடிக்கப்படவில்லை. கோரி கங்கா மீது பாலமும் கட்டி முடிக்கப்படவில்லை. அதுவரைத் தன் காரில் வந்த அவர். அதற்குமேல் கார் செல்ல முடியவில்லை. ஆனால் மக்கள் அந்த குறுகிய மரப் பாலத்தில் நடந்து கடந்தனர். அவர் கால் ஊனம் காரணமாகக் குதிரையிலேறிக் கடக்க நினைத்தார். ஆனால் குதிரை எதுவும் கிடைக்கவில்லை.

ஆனால் கருணை மிக்க மலை மக்கள், அவரை உருளைக் கிழங்கு சுமந்து வந்த கழுதையின் முதுகில் ஏற்றிக் கடக்க உதவினர். அங்கே லித்தோராகர் பஸ்ஸில் ஏறி, அங்கிருந்து 5 கிலோ மீட்டர் தொலைவிலிருந்த சாங்டாங் வந்து சேர்ந்தார். சாலை எதுவும் அவ்வளவு சிறப்பாக இல்லை. நாங்கள் அவருக்காக பல்லக்கு ஒன்றை ஏற்பாடு செய்து காத்திருந்தோம். இவ்வாறு மிகுந்த சிரமம் மேற்கொண்டு வந்து, லாரியைச் சந்தித்து அறிவொளிக் கிராமம் துவங்குவது குறித்து ஆலோசித்தோம். அப்போது அறிவொளிக்கிராமப் பணியைத் துவக்கினோம்.

இப்போது லக்னோ அறிவொளி இல்லம் சிறப்பாகப் பணியாற்றி வருகிறது. இன்னும் விரிவாகப் பல்வேறு புதிய கட்டிடங்களுடன் வளர்ந்துள்ளது. அதில் கட்டப்பட்ட ஒரு தேவாலயத்தின் பிரார்த்தனை அரங்கம் மிகவும் குறிப்பிடத்தக்கது. அதன் எழில் மிகு கட்டிட வடிவாக்கச் சிறப்பு கருதி, இந்திய அஞ்சல் துறை அதன் படம் கொண்ட அஞ்சல்தலை ஒன்றை 1980 இல் வெளியிட்டுச் சிறப்பித்தது. வெல்தி பிஷரின் அற்புதமான அறிவொளிப் பணிக்கான பரிசு அது.

நேபாளம் சென்றோம்

இமயமலை வாழ்க்கையில் நேபாளம் சென்றது மறக்க முடியாத பயணம். நேபாளத்தின் மேற்குப் பகுதி, பிற பகுதிகளிலிருந்து உயர்ந்த மலைகளால் பிரிக்கப்பட்டுள்ளது. நேபாளத்தின் தலைநகரம் காட்மாண்டுக்கும், மேற்கு நேபாளத்திற்கும், பெரும்பாலும் தொடர்புகளே இல்லை எனலாம். சிற்றரசரின் ஆளுமையில் இப்பகுதி மக்கள் எல்லை தாண்டி எங்கள் மருத்துவமனைக்கு எளிதாக வந்து விடுவார்கள். மன்னர் குடும்பத்தினர்கூட மருத்துவத்திற்கென எங்களிடம் வருவார்கள். அவர்கள் சாண்டாங்கிற்கு அழைத்துவர முடியாத தங்களது உறவினர்களுக்கு மருத்துவம் பார்க்க அவசியம் தங்கள் பகுதிக்கு வர வேண்டுமென்று நீண்ட நாட்களாக அழைத்துக் கொண்டிருந்தனர். வெளிநாட்டினர் யாரும் உள்ளே நுழையக் கூடாது என்ற தடையிருந்த காலம் அது. அதற்கு மரண தண்டனை வரை தண்டிக்க முடியும். அதனால் நேபாள மன்னரின் அனுமதிச் சீட்டின்றி நாங்கள் வருவது இயலாது என்று மறுத்து வந்தோம். ஒருநாள் மேற்கு நேபாள மக்கள் சிலர் அனுமதிக் கடிதத்துடன் வந்தனர். அவர்கள் சொன்னதை முற்றாக நம்பி, நாங்கள் அவர்களுடன் புறப்படத் தயாரானோம். அவர்கள் எங்களுக்காகச் சில குதிரைகளையும் கொண்டு வந்திருந்தனர்.

காளி கங்கா நதியின் மறுகரையில் சிலர் குதிரைகளுடன் எங்களுக்காக காத்திருந்தனர். அதுதான் இந்தியாவுக்கும், மேற்கு நேபாளத்திற்கும் இடையிலான எல்லை. நாங்கள் தேவையான மருந்து களையும், மருத்துவச் சாதனங்களையும் எடுத்துக் கொண்டோம். மலை முகடுகளிலிருந்து புறப்படும் காளி கங்கா சீற்றத்துடன் பாய்ந்து கொண்டிருந்தது. அதைக் கடக்க ஒரு கயிற்றுப்பாலம் ஊஞ்சலாடிக் கொண்டிருக்கும். எந்த நிமிடத்திலாவது அந்தக் கயிற்றுப்பாலம் அறுந்துபோனால் இருநாடுகளுக்கிடையேயான இணைப்புப்பாலம் இல்லாமல் போய்விடும். மேலே நீலவானம், கீழே கரைபுரண்டு ஓடும் கங்கை நதியின் பனி வெள்ளம், சுற்றிலும் கண்ணுக்கெட்டியவரை அடுக்கடுக்கான மலைத் தொடர்கள். அந்தப் பாலத்தைக் கடக்கும் எவரையும் எந்தக் கணத்திலும் சுருட்டி வாரிக் கொண்டு புனித காசிக்குக் கொண்டு சென்று விடுவாள் கங்காமாதா. நான் மிகுந்த பயத்துடன் நடந்தேன். லாரியோ மாவீரன்போல் முன் நடந்து சென்று, மறு கையில் என்னை இழுத்துச் சென்றார். நான் கீழே பார்க்காமல், அந்தப்பக்கம், இந்தப்பக்கம் பார்க்காமல், கயிறுகளிடையே கட்டப்பட்டிருந்த பலகைகள் மீது மெல்லக் கால் வைத்து, ஒவ்வொரு அடியாக நடந்தேன். பேரிரைச்சலுடன் காளிகங்கா பிரவாகித்து ஓடிக் கொண்டிருந்தது. ஒருவழியாக இந்திய எல்லைக் கடந்து நேபாளத்தில் காலடி பதித்தோம். சில நேயாளி நண்பர்கள் குதிரையுடன் எங்களுக்காக காத்திருந்தனர். எங்களுக்கோ குதிரை மீதேறி சவாரி செய்த அனுபவம் அதுவரை இல்லை. எனவே எங்கள் கால்களே எங்களுக்குப் பெரும் பாதுகாப்பு என முடிவுசெய்து நடக்கத் துவங்கினோம்.

பைடாடிக்கு இன்னும் 15 மைல் நடக்க வேண்டும். பாதையென்று எதுவும் இல்லை. கற்கள் சிதறிக் கிடந்த மலைப்பாதை மலைகளையும், பள்ளதாக்குகளையும் கடந்து நடந்தேன். நண்பர்கள், எங்கள் சாமான்களைக் குதிரை மீது சுமத்திவிட்டு உடன் நடந்தார்கள். திடீரென அவர்கள் எங்களை நிறுத்தினர். எங்களை பக்கத்திலிருந்த கற்சுவர் கொண்ட பழைய குடிசையுள் இருக்கச் செய்து கதவைச் சாத்தினர். அவர்கள் தங்களுக்குள் நேபாளி மொழியில் பேசிக் கொண்டார்கள். எங்களுக்கு எதுவும் புரியவில்லை. இருண்ட குடிசைக்குள் ஒரு மணிநேரம் சத்தமின்றி முடங்கிக் கிடந்தோம். பின் அவர்கள் வந்து கதவைத் திறந்தார்கள். பயணம் தொடர்ந்தோம். பின்னர் தெரிய வந்தது, யாரோ ராஜாவின் ஆட்கள் அந்த வழியாக வருவதைப் பார்த்தே அவர்கள் எங்களை மறைத்தார்கள் என்பது.

இருட்டிய பின்தான் பைடாடி அடைந்தோம். ஒரு அழகான வீட்டில் எங்களைத் தங்க வைத்தார்கள். நேபாளி உணவுகளைப் பரிமாறினார்கள். அது அந்தப் பகுதி ராஜாவின் வீடு. உணவும்

ராஜா வீட்டிலிருந்தே வந்தது. எங்களை அனுமதியின்றி வெளியே எங்கும் போகக்கூடாது என எச்சரித்தனர். அவர்கள் ராஜாவின் அனுமதியென்று காட்டியது இந்த மேற்கு நேபாளத்தின் சிற்றரசர் ஒருவரின் அனுமதிக் கடிதமே என்று. நேபாளம் முழுவதுக்குமான ராஜா காத்மாண்டுவில் உள்ளார். அவர் அனுமதி இன்றி நேபாளத்திற்குள் நுழைவது பெரும் குற்றம் என்பது எங்களுக்குப் பின்னர்தான் தெரிய வந்தது. இந்த சிற்றரசர்களுக்கு அனுமதி வழங்கும் அதிகாரம் இல்லை. எப்படியோ ஒரு வாரகாலம் எவ்வித ஆபத்துமின்றி அங்கே தங்கினோம். இரவு பகலாக நூற்றுக்கும் மேற்பட்ட நேபாளிகளைப் பார்த்து சிகிச்சை செய்தோம். மறக்க முடியாத பயணம். மறக்க முடியாத அனுபவங்கள். திரும்பி வந்து அந்தத் தொங்கும் கயிறுப் பாலத்தைக் கடந்து இந்திய மண்ணில் பாதுகாப்பாகக் காலடி எடுத்து வைக்கும் வரை மனப்படப்படப்பு அடங்கவில்லை. சாகசங்கள் அனுபவிக்கும் போது எப்படியிருந்த போதும், அதன் நினைவுகள் அற்புதமானவையே.

கேரளம் திரும்பினோம்

1948 முதல் 1963 வரை பதினைந்து வருடங்கள் இமயமலையின் மடியில் சாண்டாங் மலைக் கிராமத்தில் வாழ்க்கை கழிந்தது. உறவற்ற மக்கள் நெருங்கிய உறவாக வந்தனர். அண்ணன், தங்கையாக அனைவருடனும் பழகினோம். கிராமமே ஒரு குடும்பமாக இருந்தது. எந்த வீட்டில் விசேஷமானாலும் எங்களுக்கு அழைப்புண்டு. எங்கள் வீட்டிலும் எப்போதும் யாராவது புதிது புதிதாக விருந்தினர்கள் வந்து கொண்டிருப்பர். இந்துக்களும், பௌத்தர்களுமே நிறைந்த அப்பகுதியில் ஒரே ஒரு இஸ்லாமியக் குடும்பம் இருந்தது. காதிர் பக்ஸ், பின்னலிட்ட அழகிய குல்லாயும், தொளதொள பைஜாமாவும், பூ வேலை செய்த ஷர்வானியும் அணிந்த முதியவர். ரம்ஜான், பக்ரீத் காலங்களில் அவருடன் பகிர்ந்து உண்ட பிரியாணியின் சுவை நாவை விட்டு அகலாது. மதங்கள் மனிதர்களைப் பிரிக்கும் சுவர்களாக மாறிவரும் நாளில் காதிர் பக்ஸின் நினைவு மெல்லிய மலரின் மணம் போல நெஞ்சில் நிறைகிறது.

1954 இல் எங்கள் வீட்டில் ஒரு புதிய வரவு. வித்யா பிறந்தாள். பொது வேலைகளையே பார்த்து வந்த எங்களுக்கு, அவளுக்காக நேரம் ஒதுக்குவதும், வாழ்வதும் தவிர்க்க முடியாத கடமையானது. வாழ்வின் முழுமையையும், பொருளையும் உணர்த்தியவள் வித்யா. அவளை கவனிப்பது, வளர்ப்பது, அலங்கரிப்பது என புதிய இன்பத்தை உணர்ந்தோம். லாரி தன் கையால் மரத்தாலும், மண்ணாலும், காகிதத்தாலும் புதுப்புது பொம்மைகள் செய்த வித்யாவை மகிழ்வூட்டினார். மறுபக்கம் மருத்துவமனை வேலையில்

அதிகரித்து வந்தது. மருத்துவமனையில் எங்களிடம் வித்யாவும் ஒருபுறம் வளர்ந்தாள். எங்கு சென்றாலும் வித்யா, லாரியின் தோள்மீது சவாரி செய்வாள்.

1961 இல் லாரியின் தங்கை ஈட்னா இந்தியா வந்தார். அவரது கணவர் இறந்தபின் அவரது தனிமையும், கவலையும் தீர்க்கும் மருந்தாக இமயமலை வாசம் அமைந்தது. ஈட்னாவுடன் லாரியின் 83 வயது அம்மாவும் வந்தது எங்களுக்குப் பெரும் மகிழ்ச்சியாக இருந்தது. பித்தோராகரிலிருந்து சாண்டாங் வரும் பாதை மிக மோசமாகவே இருந்தது. லாரியின் தாயாரை பல்லக்கில் வைத்துத் தூக்கி வந்தோம். ஏற்கனவே ஈட்னா எனக்கு பிரிட்டிஷ் உணவு வகைகளைச் சமைக்கும் சமையல் புத்தகத்தை அனுப்பி இருந்தார். எனவே அவர்களுக்குப் பிடித்தமான உணவைச் சமைத்துத் தருவது எனக்கு எளிதானது. ஈட்னா என்னுடன் நெருங்கிய நட்பு கொண்டிருந்தார். அம்மாவுக்கு இதமாக இமயமலைச் சூழல் மிகவும் பிடித்தமாயிருந்தது. அழகான பனிமலைகள், வண்ணமலர்கள், எழில்மிகு காட்சிகள், அழகிய பறவைகள், அன்பு மகன் வேறென்ன வேண்டும் ஒரு தாய்க்கு? விடுமுறை நாட்கள் முடிந்தவுடன் ஈட்னா புறப்படத் தயரானார்.

ஆனால் உணவைப் பொருத்தவரை அவர் சுத்தமான பிரிட்டிஷ் காரராகவே இருந்தார். எனக்கு பிரிட்டிஷ் வகை உணவு சமைப்பது பெரும் சிரமமாக இல்லை. மகன் லாரி மீது அவருக்கு அளப்பரிய பாசம். லாரிக்கு தன் அம்மா மீது மிகுந்த அன்பு. அவர் தனது கடைசி 10 ஆண்டுகளை எங்களுடனேயே தங்கி வாழ்ந்தார். அவர் எங்களுடன் தங்கி வாழ்ந்த நாட்கள் ஒரு மகிழ்ச்சியான கூட்டுக் குடும்ப வாழ்க்கை எனலாம்.

அவர் எங்களுடன் வாழ்ந்த போதுதான் திலக் பிறந்தான். பாட்டிக்கு அவன் மீது மிகவும் பிரியம். நாங்கள் மருத்துவமனைக்குச் செல்லும்போது அவர்தான் அவனை கவனித்து வளர்த்தார். அவர் தனது பலவீனமான காலுடன் நடப்பதற்குச் சிரமப்பட்டபோதும், திலக்கின் தொட்டிலருகே தனது நாற்காலியைப் போட்டுக் கொண்டு கவனிப்பார். அவருடைய அன்பான ஸ்பரிசத்தில் திலக் உறங்கிப் போவான்.

நாங்கள் இமயமலை வாழ்வை மேற்கொண்ட நாட்களில் லாரி தனது கட்டிட வடிவமைப்புக் கலையை மறந்துவிட வில்லை. மருத்துவமனை, பள்ளிகள் கட்டி வந்தார். மக்கள் நலனுக்காகக் கட்டப்படும் கட்டிடங்கள் மக்களின் வாழ்வுச் சூழல், வசதி, இவற்றைப் பிரதிபலிப்பதாக அந்த அந்த இடங்களில் கிடைக்கும் பொருட்களைக் கொண்டு கட்டப்படுவது நல்லது எனும் காந்தியடிகளின் அறிவுரைக்கேற்பவே லாரி தன் கட்டிடங்களை

வடிவமைத்தார். இதுதான் இந்தியா போன்ற வறுமைப்பட்ட நாடுகளுக்கு ஏற்ற கட்டிட வடிவமைப்பு முறை என லாரி ஏற்றார். மேற்கத்திய சூழலுக்கும், பருவ நிலைக்கும், தேவைகளுக்குமாக வடிவமைக்கப்படும் கட்டிடங்கள் இந்தியச் சூழலுக்கு சுமையே என்று கருதினார்.

சிமெண்ட், இரும்புக்கம்பிகள் போன்றவை இமயமலைப் பகுதியில் கிடைக்காது. தூரத்து இடங்களிலிருந்தே கொண்டுவரப்பட வேண்டும். மோசமான மலைப்பாதையில் கழுதைகள் மீது ஏற்றியே கொண்டுவரப்பட வேண்டும். உடைக்கப்பட்ட பாறைகள், அந்த மண்ணால் குழைக்கப்பட்ட சேறு போன்றவை சுவர்கள் கட்டப்பயன்பட்டன. மண்ணும் சாணமும் கலந்த கலவை சுவர் பூச்சானது. பக்கத்துக்காடுகளில் கிடைக்கும் பைன், தேவதாரு மரங்களை உள்ளூர் தச்சர்கள் அழகிய கதவுகளாகவும், ஜன்னல்களாகவும் உருவாக்கினர். உள்ளூர் மக்களின் அறிவும், உழைப்பும், பொருட்களுமே எல்லா கட்டிடங்களின் மூலப் பொருட்களாயின. லாரியும் அந்தத் தொழிலாளர்களுடன் சேர்ந்து வேலை செய்தார். அவர்களுடன் சகோதர உணர்வுடன் பழகினார். அவர்கள் மொழி தெரியாவிட்டாலும், அவர்களுடன் சிறப்பான கருத்துக்களைப் பரிமாறிக் கொண்டார். அன்பு உலகம் முழுவதற்குமே பொதுவானதல்லவா?

1960 இல் சூழல் முற்றிலும் மாறத் துவங்கியது. அந்த சின்ன கிராமம் முக்கிய நகரமாக மாறத்துவங்கியது. பித்தோராகர் மாவட்டத் தலைநகரமானது. ஒருபுறம் நேபாளம், மற்றொரு புறம் திபெத் இதன் எல்லைகளாக விரிந்து கிடந்தது. சீறிப்பாயும் காளிகங்காதான் திபெத்தையும் இந்தியாவையும் பிரித்து ஓடியது. சீன எல்லைகூட இதிலிருந்து சில மைல் தூரமே.

விடுதலைக்குப்பின் இந்திய அரசு இந்த எல்லையோர கிராமத்தின் மீது மிகுந்த கவனம் செலுத்தி பல வளர்ச்சிப் பணிகளை மேற்கொண்டது. அகன்ற சாலைகள் பிற நகரங்களை இணைக்கும் வகையில் போடப்பட்டன. தகவல் தொடர்பு சாதனங்கள் உருவாக்கப்பட்டன. பள்ளிகள், கல்லூரிகள், மருத்துவமனைகள் என அனைத்து நவீன வசதிகளும் வந்தன. மக்கள் எளிதாக பிற சமவெளி நகரங்களுக்குச் சென்றனர். பொருட்களை வாங்கியும், விற்றும் பணப்புழக்கம் அதிகமானது. கிராமத்து மக்களின் அடிப்படைத் தேவைகளை மட்டும் விற்றுவந்த சிறுசிறு கடைகள் மாறின. நவீன ஆடம்பரத் தேவைக்கான நுகர்வுப் பொருட்களுக்கான கடைகள் கவர்ச்சிகரமாக உருவாகின. சமவெளியிலிருந்தும் பலர் வந்து வியாபார மையங்களைத் துவக்கினர். தேவைகள் அதிகரித்தன. ஆசைகள் வளர்ந்தன. தேவைகளைக் குறைத்து, கிடைத்ததில் மகிழ்ந்த

பரபரப்பற்ற அமைதியான எளிய வாழ்க்கை மெல்ல விலகத் துவங்கியது. ஆசைகள், பணத்தேவைகள், பேராசை, ஆடம்பரம் என புதிய வியாதி பரவுவதைக் காணத் துவங்கினோம்.

அதுவரை 'இந்தி சீனி பாய் பாய்' என்ற சகோதர உறவு மெல்ல மங்கத் துவங்கியது. சீனாவுக்கும், இந்தியாவுக்குமான எல்லைப் பிரச்சனை தலை தூக்கத் துவங்கியது. பகையின் கருமேகங்கள் இமயத்தின் வெள்ளைப் பனிமலைகளைக் கறைபடுத்தத் துவங்கியது. அமைதியான வானவெளியை விமானங்களும், உலங்கூர்திகளும் (ஹெலிகாப்டர்களும்) கிழித்துச் சீறி பாய்ந்தன. பக்கத்தில் சீன எல்லையை ஒட்டியிருந்த தர்சுவா ராணுவ வாகனங்களும், டாங்கிகளும் உறுமிப் பறந்து கொண்டிருந்தன. பள்ளி விளையாட்டு மைதானம் விமானத் தளமானது. அமைதியைக் குலைத்து சீறிப் பாய்ந்த விமானங்களை அந்த மக்கள் கூடி வேடிக்கை பார்த்தனர். பள்ளிச் சிறுவர்களுக்கு அதுவே விளையாட்டுப் பொழுது போக்குமானது.

நாங்கள் பித்தோராகர் வந்து 15 ஆண்டுகள் ஓடிவிட்டது. குடும்பம் பெரிதாகி விட்டது. லாரியின் தாயாருக்கு 84 வயதாகி விட்டது. வித்யா வளர்ந்து விட்டாள், 9 வயதாகி விட்டது. திலக்குக்கு இரண்டு வயது முடிந்தது. இவர்களை ஒரு நல்ல பள்ளியில் சேர்க்க வேண்டும். ஒரு டீக்கடையில் ஒரு குடிசையில் துவக்கிய மருத்துவமனை 30 படுக்கைகள் கொண்டதாக வளர்ந்து விட்டது. மூங்கில் தடுப்பின் கீழிருந்த ஆப்ரேஷன் தியேட்டர் இப்போது அனைத்து வசதிகளுடன் பெரிய அறுவை சிகிச்சைகள் செய்யும் அளவுக்கு வளர்ந்து விட்டது. சாதாரண பிரசவம் பார்க்கவே நெடுந்தூரம் சென்று கஷ்டப்பட்ட மக்களுக்கு சிசேரியன் வரைச் செய்யும் வசதிகள் உருவாகின. இந்திய அரசு, அனைத்து நவீன வசதிகளையும் இப்பகுதி மக்களுக்கு வழங்க முன்வந்தது.

எனவே இனி எங்கள் தேவை முடிந்தது என்ற முடிவுக்கு வந்தோம். இந்த தூய மலைகளையும், அழகிய காடுகளையும், குளிர்ந்த நீர் அருவிகளையும், எளிமையும் தோழமையும் கொண்ட மக்களைப் பிரியும் நேரம் வந்து விட்டது. இனி ஒரு புதிய இடம். புதிய மக்கள் தேடிச் செல்ல வேண்டும். லாரி ஒரு கட்டிட வடிவமைப்பாளராக இருந்த போதும், பொதுவாக எங்கள் விருப்பம் மக்கள் நல்வாழ்வு சார்ந்ததாகவே இருந்தது. மருத்துவம் சார்ந்த பணி இருவரின் விருப்பத்திற்கும் உரியதாக இருந்தது. லாரிக்கு கட்டிடக் கலை இரண்டாம் பட்சமே. யாராவது மிகவும் வேண்டியவர்கள் அல்லது மாறுபட்ட கட்டிட வடிவமைப்புக்கான வாய்ப்பு இருந்தால் மட்டுமே அவற்றை ஏற்றுக் கொண்டார். இமயமலைப் பகுதியில் பலரது வீடுகளைக் கட்டித்தரும் பணியை விருப்பத்துடன் ஏற்றுக்

கொண்டார். எங்கள் வீடும் மருத்துவமனையும் அனைவரின் கவனத்தையும் ஈர்த்தன. அவ்வப்பொழுது சமவெளிக்குச் சென்று, லக்னோ, ஹைத்ராபாத் போன்ற நகரங்களில் அழகிய மாறுபட்ட தேவாலயங்கள், பள்ளிகள், நூலகங்கள் கட்டினார். குறிப்பாக படகுவடிவ அலகாபாத் தேவாலயம், உத்திர பிரதேச அரசு அருங்காட்சியகம் இவற்றைக் கூறலாம். நேரு அருங்காட்சியகத்தைத் திறந்து வைத்து, அதன் மாறுபட்ட வடிவமைப்பைப் பெரிதும் பாராட்டினார்.

எங்கு செல்வது என்ற கேள்வி எழுந்தபோது,கேரளம் முதலிடத்தைப் பிடித்தது. ஏனெனில் கேரளம் என் தாய் மண். கேரளம் மருத்துவம், கல்வி இரண்டிலும் முன்னேறி, இந்தியாவில் முதன்மையான இடத்தைப் பெற்றிருந்தது. ஆனாலும் மிகவும் பின்தங்கிய பழங்குடி மக்கள் வாழும் மலைப்பகுதி உண்டு. ஏதோ ஒரு சக்தி எங்களை வழி நடத்தியது.

லாரி ஒருமுறை கேரளா சென்றபோது எனது சகோதரனின் வண்டிப் பெரியாரில் இருந்த ஏலக்காய் எஸ்டேட்டைப் பார்க்கச் சென்றார். அது புகழ்பெற்ற வனவிலங்கு சரணாலயம் தேக்கடியின் அருகில் இருந்தது. என் சகோதரருடன் லாரி அந்த எஸ்டேட்டுக்குப் புறப்பட்டார். பாதி வழியில் பஸ் கண்டக்டரும், டிரைவரும் ஏதோ ஸ்டிரைக் என்று நடுக்காட்டில் பஸ்ஸை நிறுத்தி விட்டனர். இனி வேறு வழியில்லை என்று பயணிகள் இறங்கித் தமது ஊர் நோக்கி நடக்கத் துவங்கினர். எனது சகோதரன் சில மைல் தொலைவிலிருந்த எஸ்டேட்டுக்கு நடக்கத் துவங்கினார்.

லாரியோ தனக்கு பழக்கப்பட்ட பெல்ஜியம் துறவி ஒருவரின் ஆஸ்ரமம் அருகில் உள்ளது என்பதை அறிந்து அங்கு செல்ல நடந்தார். அந்தக் கிறிஸ்துவத் துறவி இந்து மடம் போன்றதொரு கிறிஸ்துவ மடத்தை அங்கு துவக்கி உள்ளார் என்றும், ஸ்சுவாமி அபிஷ்கானந்தா என்ற பிரெஞ்சுத் துறவி ஒருவரும் அவருடன் அங்கு மடத்தை நடத்தி வந்தனர். அவர் சாண்டாங் மருத்துவமனைக்கு வந்து தங்கியபோது லாரியிடம் மற்ற துறவி பற்றிப் பெரிதும் பெருமையுடன் புழ்ந்து கூறினார். கிறிஸ்துவராக இருந்து கொண்டு, இந்தத் துறவி போல வாழ்ந்து வரும் அவருடைய வாழ்க்கை லாரியை மிகவும் ஈர்த்தது. எனவே 20 கிலோ மீட்டர் தொலைவில் உள்ள அந்த ஆஸ்ரமத்தைக் காண இதுவே சந்தர்ப்பம் எனத் தனித்து மறுபாதையில் நடக்கத் துவங்கினார்.

இரவு மடத்தைச் சென்றடைந்தார். ஆச்சாரியா பிரான்சிஸ் லாரியை மிக்க அன்புடன் வரவேற்றார். அவருடன் இங்கிலாந்திலிருந்து பாதிரியார் டோம் பிடி க்ரிபித் என்பவரும், லாரியை வரவேற்றார். அவர் சிறந்த அறிஞர், ஆழ்ந்த ஆராய்ச்சியாளர். அவர்களுடன்

ஆழ்ந்த ஆன்மீகப் பகிர்வை லாரி மேற்கொண்டார். அந்த இரண்டு நாட்களில் அந்தப் பகுதி கேரளாவின் மிகவும் பின் தங்கிய பகுதி என்பதை அறிந்தார். சரியான சாலைகள் இல்லை. பக்கத்து நகரங்கள் எதனுடனும் தொடர்பற்று மலை நடுவே தனித்துக் கிடந்தது. அப்பகுதியில் மிகவும் வறுமைப்பட்ட பழங்குடி மக்களே வாழ்ந்து வந்தனர். நகர வாழ்வுடன் அவர்களுக்குப் பெரும் தொடர்பு எதுவும் இல்லை.

ஆஸ்ரமம் பல ஏக்கர் புல்வெளியில் பரந்து விரிந்து கிடந்தது. பாதிரியார் ஜெர்சி இனப் பசுக்களை வரவழைத்து, நாட்டு இனப்பசுக்களுடன் இனப் பெருக்கம் செய்து வந்தார். இதனால் பழங்குடிகள் அதிகமான பால் சுரந்து அதிக வருமானம் பெற முயன்று வந்தார். சுற்றி இருந்த மலைகளில் பல சிறு சிறு கிராமங்கள் சிதறிக்கிடந்தன. வருமானத்திற்கு வழியேதுமின்றி, மலையின் விளைப்பொருட்களை நம்பியே வாழ்ந்து வந்தனர். இப்போதுதான் கேரள அரசு புதிதாக சாலைகள், போன்ற வசதிகளை வழங்கும் முயற்சியைத்துவங்கியிருந்தது. லாரியின் இமயமலை அனுபவங்களைக் கேட்டறிந்த துறவிகள், இதுவும் அத்தகைய வசதிகள் இதுவும் எட்டாத பின்தங்கிய பகுதியே எனவும், லாரியும், நானும் எங்கள் சேவையைத் தொடர மிகவும் பொருத்தமான பகுதி பரிந்துரைச் செய்தனர். நவீன மருத்துவ வசதிகள் எதுவுமற்ற இப்பகுதியின் மருத்துவசேவை மிகவும் தேவையென வலியுறுத்தினர்.

அந்த ஆஸ்ரமம் குருசு மலையிலிருந்ததால் குருசு மலை ஆஸ்ரமம் என்றே அழைக்கப்பட்டது. செயின்ட் தாமஸ் கி.பி முதல் நூற்றாண்டில் இங்கு வந்து வாழ்ந்ததாகக் கூறுகின்றனர். அவர் சிலுவையை நாட்டியமலை என்பதால் குருசுமலை என்றழைக்கப்படுகிறது. துறவி பி.டி. கிரி பித்தும், துறவி பிரான்சிஸ் ஆச்சாரியாவும் லாரி தமது மனைவியுடன் வந்து இந்த மக்களுக்கு மருத்துவ உதவி வழங்குவது அவசியம் எனவும் அதற்கு அவர்கள் அனைத்து உதவிகளை வழங்குவதாகவும் கூறினார்.

வாரி சாண்டாங் வந்த உடன் இது பற்றி எங்களுடன் விவாதித்தார். அவர் கேரளா செல்வது என்பதைத் தன் மனதில் முடிவு செய்துவிட்டார். இமயமலைச் சாரலைவிட்டு, மேற்குத் தொடர்ச்சி மலைக்குச் செல்வது என்ற எண்ணம் லாரியின் மனதில் உறுதியாக இருந்தது. சாண்டாங்கிலிருந்த எங்கள் உடமைகளை என்ன செய்வது என்பது பெரும் கேள்வியாக இருந்தது. மருத்துவமனையின் பொருட்கள், 15 ஆண்டுகளாக இங்கு சேர்ந்த பொருட்கள் அத்தனையையும் வடகோடி இமயமலையிலிருந்து, தென்கோடி கேரளத்திற்குக் கொண்டுப் போயாக வேண்டும். குடும்பமே 6 வயது துவங்கி 86 வயது வரை பெரிய ஏற்றத்தாழ்வுடன் இருந்தது.

ஆனால் லாரிக்கு பணம், உடைமைகள் பற்றிய பெரும் அக்கறையும் கவலையும் எப்போதும் இருந்ததில்லை. சாண்டாங்கிலிருந்த கட்டிடங்களை விற்பது என்று முடிவு செய்தோம். லாரி முதலில் கேட்டவருக்கே தர சம்மதித்து விட்டார். அதிக விலை, என்ன விலை, எவ்வளவு குறைவு என எதைப்பற்றியும் அவர் சிந்திக்கவில்லை. முதலில் கேட்டார், கொடுப்போம் என முடிவு செய்துவிட்டார். எல்லோரும் தன்னைப்போலவே நேர்மையாக இருப்பார்கள் என நம்பினார். எங்கள் கட்டிடங்களை விலைக்குக் கேட்டவர் ஒரு ராணுவ அதிகாரி. எவ்விதமான உறுதிமொழிப் பத்திரமும் எழுதப்படவில்லை. ஒரு தொகையை முன்பணமாகத் தந்துவிட்டு அவர் எங்கள் கட்டிடங்களை எடுத்துக் கொண்டார். பின்னர் முழுப் பணத்தையும் தர ஒப்புக் கொண்ட அவர் கடைசிவரை மீதிப்பணத்தைத் தராத நேர்மையாளராகவே இருந்தார்.

மருத்துவமனையின் அனைத்துப் பொருட்களையும், எக்ஸ்ரே சாதனம் உட்பட அனைத்தையும் இரண்டு லாரிகளில் அடைத்து அருகிலிருந்த ரயில் நிலையத்திற்கு அனுப்பினோம். அங்கிருந்து கேரளத்திற்கு அனுப்பினோம்.

15 ஆண்டுகள் முன் பத்து நாட்கள் மலைப் பாதையில் நடந்து சென்று இரண்டு பெட்டிகளுடன் ஒரு டீக்கடைக் குடிசையில் துவங்கிய எங்கள் இமயமலை வாழ்க்கை முடிவடைந்தது. அப்பாவியான பாசம் மிக்க பழங்குடி மக்களின் அன்பைத் துறந்து செல்வதை ஒரு பேரிழப்பாகவே உணர்ந்தோம். மாற்றங்கள் மட்டுமே மாற்றமில்லாமல் நடப்பதுதான் வாழ்க்கை. வடகோடியானால் என்ன தென்கோடியாக இருந்தால் என்ன வாழும் வாழ்க்கை சகமனிதர்களுக்கு நன்மை செய்வதாக இருக்க வேண்டும் எனும் லாரி போன்றவர்களுக்கு யாதும் ஊர். யாவரும் உறவினர்களே.

வாகாமோன் வாழ்க்கை

இமாலய மாற்றம் நிகழ்ந்தது. 7000 அடி உயர பனிமலை சாண்டாங் வாழ்க்கை முடிந்து தென்கோடி கேரளம் வந்து சேர்ந்தோம். சூழல், உணவு, மனிதர்கள், பண்பாடு, மொழி என அத்தனையும் தலைகீழாக மாறிவிட்டன. எனக்குப் பெரிய மாற்றமில்லை. கேரளம் நான் பிறந்த மண்தானே. ஆனாலும் 14 வயதில் பள்ளி முடித்து கல்லூரிக்கென்று வெளியே சென்றபின், கேரள வாழ்க்கை ஏதோ சில நாட்கள் விடுமுறையில் மட்டுமே. ஆனால் லாரிக்கும், அவரைவிட அவரது தாயாருக்கும் இந்த மாற்றம் சற்று கடினமானதே. இருந்தாலும் லாரியின் தாயார் இந்த மாற்றத்தை இயல்பாக ஏற்றுக் கொண்டார். கேரளத்தில் மொழி ஒரு பெரும் பிரச்சனை இல்லை. படித்தவர்கள் மிகுந்த கேரளத்திலும் ஆங்கிலம், இந்தி கொண்டு சிரமமின்றி சமாளித்துக் கொள்ள முடியும். லாரி எந்த மொழியையும் கற்றுக் கொள்ளும் முனைப்பு சிறிதும் இல்லாதவர்.

முதலில் கோட்டயத்தில் என் குடும்பத்தினருடன் தங்கினோம். லாரி, லாரியின் தாயார், என் இரு குழந்தைகள் வெப்பமான புதிய சூழலில் பழக்கப்பட பெரிதும் சிரமப்பட்டனர்.

வாகாமோன் 200 குடும்பங்களே வாழும் சிறிய கிராமம். ஆசிரமத்திற்குச் சற்று அருகில் இருந்தது. சுற்றுவட்டார தேயிலைத் தோட்டத் தொழிலாளர்கள் தங்கள் தினசரித் தேவைகளுக்கான சாமான்களை வாங்க வாகாமோன் வருவார்கள். முன் இந்தத்

தேயிலைத் தோட்டங்கள் முழுவதும் வெள்ளையர்களுக்குச் சொந்தமாக இருந்தன. விடுதலைக்குப்பின் மெல்ல மெல்ல இந்தியர்களுக்கு விற்று விட்டுத் தாய்நாடு திரும்பினர். பாலி, கோட்டயம் போன்ற நகரங்களும் பக்கத்தில் உண்டு. கார் செல்லதக்க சாலைகள் மெல்ல மெல்லப் போடப்பட்டு வந்தன.

வாகாமோனில் அஞ்சல் நிலையம், தொலைபேசி நிலையம் எல்லாம் உண்டு. ஆனால் தந்தி மட்டும் 15 மைல் தொலைவில் உள்ள எலப்பாறாவிலிருந்து தந்தி அலுவலரால் கொண்டு வரப்பட வேண்டும். புதிதாகப் போடப்பட்ட குறுகிய கற்சாலைகளில் பக்கத்து ஊர்களுக்குச் செல்லலாம். ஆனால் ஒரு ஜீப்பில் 20 பேர் தொத்திக் கொண்டு செல்வது பெரும் சாகசம் தான். கோட்டயம் பகுதியின் தோட்டங்கள், ஆசிரமம் சுற்றிய பகுதிகள் முழுவதும் எங்கள் பணிக்கு ஏற்றதான இடம் இருக்குமா என்று சுற்றி அலைந்தோம். இயற்கைச் சூழலும், எங்கள் சேவையின் தேவையும் இணைந்த அப்பகுதி எங்கள் மனதுக்கு மிகவும் பிடித்தமாக இருந்தது. ஆசிரமத்தின் துறவிகள் எங்களுக்கு மிகவும் உதவியாக இருந்தனர். கடைசியாக ஒரு செயலின்றி நிறுத்தப்பட்ட தேயிலைத் தொழிற்சாலையை எங்களுக்கு வாடகைக்கு கண்டுபிடித்துத் தந்தனர். 1963 இல் இம்முறை டீக்கடையில்ல டீ பேக்டரியில் எங்கள் மருத்துவமனையைத் துவக்கினோம். நல்ல வளர்ச்சிதானே?

மலரைத் தேடி வரும் தேனீக்கள் போல, மருத்துவ உதவியே கிடைத்திராத அப்பகுதியின் ஏழைத் தோட்ட தொழிலாளிகள் விளம்பரம் ஏதுமின்றி எங்கள் மருத்துவமனையில் முதல்நாள் முதல் வந்து குவிந்தனர். நிரந்தரமானது மருத்துவமனை உருவாக்குவதற்கான சொந்த நிலம் தேடும் முயற்சியும் தொடர்ந்தது. அதிர்ஷ்டவசமாக ஆசிரமத்தின் அருகிலேயே ஒரு அழகிய மொட்டைப் பாறை கொண்ட நிலம் கிடைத்தது. ஒரு தெளிந்த சிற்றோடை அதன் ஒரு எல்லையில் சலசலத்து ஓடிக் கொண்டிருந்தது. மலிவான விலைக்கு அந்த நிலத்தை அதன் உரிமையாளர் எங்களுக்குத் தந்தார். உயர்ந்த அந்த இடத்திலிருந்து கண்ணுக்கெட்டிய தூரம் வரை மடிப்பு மடிப்பாக மலைகளைக் கண்டு ரசிக்கலாம். என் சொந்த ஊர் வாகாமோன் செல்லும் பாதையும் மிக அருகில்தான் இருந்தது. தேயிலைத் தோட்டங்கள் நடுவே சிறிது தூரம் அந்தப் பாதையைச் சென்றடைய குறுகிய சாலையை ஆசிரமத்தினர் ஏற்கனவே அமைத்திருந்தனர்.

லாரியின் தனித்தன்மை கொண்ட கட்டிட வடிவமைப்புத் திறனுக்கு மீண்டும் ஒரு வாய்ப்பு. கேரளத்தின் மலையும், மழையும் மிகுந்த பகுதியில் அதன் பருவத்திற்கும், இயற்கைக்கும் பொருத்தமான கட்டிடத்தை வடிவமைக்கத் துவங்கினார். சுற்று வட்டாரத் தேயிலைத்

தோட்டங்களிலிருந்து வரும் தொழிலாளர்களுக்கு மருத்துவ உதவி வழங்கப் போதுமானதாக அந்த தேயிலைத் தொழிற்சாலை இருந்தது. காலை முதல் இரவு வரை வரிசையாக மக்கள் வந்து கொண்டே இருப்பர்.

புதிதாக வாங்கிய மொட்டைப் பாறையில் கட்டிடம் கட்டுவது அவ்வளவு எளிதானதாக இல்லை. இருக்கும் கொஞ்சப் பணத்தைக் கொண்டு மருத்துவமனை, வீடு இரண்டையும் கட்டி முடிக்க வேண்டும். பெரும் சவால்தான் அப்பகுதியின் பழங்குடி மக்கள் எவ்வாறு தங்கள் வீடுகளை அமைத்துள்ளனர் என்பதைக் கூர்ந்து கவனித்தார் லாரி. மூங்கிலும், களிமண்ணும் தான் அவர்களின் வீடுகளின் முக்கியக் கட்டுமானப் பொருட்கள். அங்கு கிடைக்கும் பொருட்களைக் கொண்டு வீடுகட்டும் கலையில் அந்த பழங்குடி மக்கள் திறமைமிக்கவர்களாக இருந்தனர். அவர்கள் மருத்துவமனையை கட்ட உதவினர். ஆசிரமத்திற்கு அருகில் எமது புதிய மருத்துவமனை ஆதிவாசிகள் உதவியுடன் லாரி உருவாக்கத் துவங்கினார். முக்கிய சாலைக்கு அருகில் இருந்ததால், பல எஸ்டேட்டுகளிலிருந்தும் மக்கள் வர வசதியாக இருந்தது. வீட்டுக்குத் திரும்பிச் செல்ல முடியாதவர்கள் தங்கவும், மருத்துவமனையில் கட்டாயம் தங்கியாக வேண்டிய நோயாளிகளுக்காவும் சிறு சிறு குடிசைகளையும் கட்டினோம்.

ஆசிரமத்தின் சில கட்டில், மெத்தைகள், மேஜை நாற்காலிகள் தந்து உதவினர். மற்றுமொரு மித்ர நிகேதன் கேரளத்தில் உருவானது. முப்பத்தெட்டு ஆண்டுகள் ஓடிவிட்டன. மித்ர நிகேதன் பணி தொடர்கிறது. ஆண்டுக்கு 500 பிரசவங்கள் நடக்கின்றன. தினமும் 100 நோயாளிகள் மருத்துவம் பெறுகின்றனர்.

முதலில் மருத்துவமனைக்கான குடிசைகள் கட்டப்பட்டன. பின் எங்களுக்கான வசதியான குடிசை கட்டப்பட்டது. எல்லாம் மூங்கில், களிமண், புல்கொண்டே கட்டப்பட்டன. எங்கள் குடிசையில் இரண்டு அறைகள், ஒன்று லாரியின் தாயாருக்கு. மற்றது எங்கள் அனைவருக்கும். சமையலுக்கும், சாப்பிடுவதற்கும் தனிப் பகுதி இருந்தது. குளியலறை, கழிப்பறை, எல்லாம் காந்தியின் வார்தா மாதிரியில் அமைத்திருந்தார். தனியாக இரண்டு விருந்தினர் குடிசைகள் கட்டினோம். அதில் எப்போதும் யாராவது தங்கியிருப்பார்கள். பெரும்பாலும் பெண் விருந்தினர்களே. ஆசிரமம் கடினமாக விதிமுறைகளைக் கடைபிடித்து வந்தது. பெண் விருந்தினர்கள் இரவில் தங்க ஆசிரமத்தில் அனுமதி இல்லை. மாலை ஆனபின் எங்கும் செல்ல முடியாது. போக்குவரத்து வசதிகள் இல்லை. இரவு காட்டு விலங்குகள் பயம் மற்றொருபுறம். பாதிரியார்கள் பிரான்ச் பிட்டி தேர்ந்த தத்துவஞானம் கொண்டவர்கள். எனவே உலகின்

பல பகுதிகளிலிருந்தும் அவர்களுடன் பேசப் பலர்வருவதுண்டு. ஆசிரம விதிகள் காரணமாக பெண் விருந்தினர்கள் எங்களுடன் தங்குவார்கள். உலகின் சிறந்த அறிஞர்களைச் சந்திக்கும் வாய்ப்பை அது தந்தது.

ஒருமுறை ஸ்வீடன் தூதுவர் தன் மனைவியுடன் ஆசிரமத்தின் பணிகள் பற்றி அறியவந்தார். ஸ்வீடன் இந்திய உதவியுடன் ஏதாவது சேவைப் பணியை பின்தங்கிய அப்பகுதியில் துவங்க வேண்டும் என்பது அவர்கள் விருப்பமாக இருந்தது. அவர்கள் இருவரும் ஒரு காரில் ஒரு நாள் மதியம் ஆசிரமம் வந்து சேர்ந்தனர். அவர்கள் ஆசிரமத்தைக் கண்டு, துறவிகளுடன் பேசி முடிக்கும்போது இரவாகிவிட்டது. வேறு வழியில்லை இரவு தங்கித்தானாக வேண்டும். தூதுவரோ துறவிகளுடன் பேசுவதில் ஆழ்ந்துப்போய் நேரம் போவதைப் பற்றி மறந்து விட்டார். இரவு ஒரு தூதுவருக்கான வசதிகள் ஏதுமற்ற ஆசிரமத்தில் தங்கித்தான் ஆக வேண்டும். தூதுவர் தயாரானார். ஆனால் அவரது துணைவியார் உடன்தங்க முடியாது என்று ஆசிரம விதி. தூதுவர் மகிழ்ச்சியுடன் ஆசிரமத்தின் இரவுப் பிராத்தனையிலும் கலந்து கொண்டார்.

தூதுவரின் மனைவி வேறு வழியின்றி எங்கள் குடிசையில் தான் தங்கியாக வேண்டும். நாங்கள் அவர்களையும், துறவிகளையும் எங்கள் வீட்டிற்கு விருந்துக்கு அழைத்தோம். பேசும்போது சுற்றியுள்ள காடுகள், அவ்வப்போது வரும்காட்டு விருந்தாளிகளான யானைகள், காட்டெறுமைகள், பாம்புகள் பற்றி பேசினோம். நான் தூதுவர் மனைவிக்கு படுக்கையைத் தயார் செய்து வைத்தேன். சின்னஞ் சிறு மண்ணெண்ணைவிளக்கொளியில் விருந்து நடந்தது. அவரது படுக்கையருகே விளக்கை வைத்து எப்படி அணைப்பது என்று சொல்லி வந்தேன்.

ஆனால் அவர் இரவு முழுதும் தூங்கவில்லை. சிகரெட் புகைத்துப் கொண்டே இரவை ஓட்டினார். பாம்பு நினைவு வேறு அவரைத் தூங்கவிடாமல் செய்தது. விடியற்காலையில் வீட்டின் வெளியே ஏதோ உறுமும் சத்தம். மேடம் பயந்து எழுந்து அலறினார். நாங்கள் ஓடிச் சென்று அவர் அறையில் பார்த்தோம். அவர் பயந்து படுக்கை மீது ஏறி நின்று கொண்டிருந்தார். எங்களுக்கு நிலைமை புரிந்தது. அந்த உறுமல் சத்தம் நாங்கள் வளர்த்த பன்றிகளின் காலை அழைப்பு. எப்படியோ பொழுது புலர்ந்தது. விடிந்தும் விடியாதது மாக கோட்டயம் நோக்கிப் புறப்படத் தயாராகி விட்டார். இனி ஆசிரமம் பக்கம் வரும் எண்ணமே அவருக்குத் தோன்றாது என்பது நிச்சயம்.

கேரளத்தில் லாரியின் கட்டிடங்கள்

நாங்கள் வாங்கிய இடம் கேரளத்தின் மிக அழகிய பகுதியென்று உறுதியுடன் கூறுவேன். மொத்தம் 26 ஏக்கர் நிலம் எங்கள் வசம் இருந்தது. அதன் இருபுறமும் நீரோடை பாய்ந்து கொண்டிருந்தது. வருடம் முழுதும் தண்ணீருக்குப் பஞ்சமில்லை. எங்கள் இடம் பள்ளதாக்கில் இருந்ததால் பலமான காற்றுத் தொல்லை இல்லை. தேயிலைத் தொழிற்சாலைகளின் எரிபொருள் தேவைக்காக மலையின் மரங்கள் யாவும் வெட்டப்பட்டு, மலையே மொட்டையாக்கப்பட்டு விட்டது. ஓடையின் கரை முழுதும் மூங்கில் ஓங்கி வளர்ந்து கிடந்தது. எலுமிச்சை மணம் வீசும் புல், மலை முழுதும் வளர்ந்து கிடந்தது. இவை இரண்டும் போதும் வீடுகட்ட புற்கள் சிறந்த எரிபொருளாக மக்களுக்கு உதவியது. யானைகளுக்கு உணவாகவும், ஊர்வன இனங்கள் அனைத்துக்கும் உறைவிடமாகவும் உதவுவது இந்த புற்புதர்களே. பாம்புகள் இங்கு சர்வசாதாரணம்.

ஒரு நாள் எங்கள் வீட்டுத் தோட்டத்தில் இரண்டு பெரிய மலைப் பாம்புகள் மகிழ்ந்து விளையாடிக் கொண்டிருந்ததைக் கண்டோம். காட்டுப் பன்றிகளும், நரிகளும் கூட்டம் கூட்டமாக வரும். இவை எதுவும் எங்களுக்கு எவ்விதமான தொல்லையும் தந்ததில்லை. ஆனால் காய்கறித் தோட்டம் போட்டபின் அவற்றைத் தின்ன வந்துவிடும். அதுபோல நாங்கள் வளர்த்த கோழிகளைப் பிடிக்க

நரிகள் வந்துவிடும். முள்ளம்பன்றிகள் இரவு நேரத்தில்எங்கள் தோட்டத்தில் வந்து கிழங்குகளைத் தின்றதற்குப் பரிசாக தமது அழகிய நீண்ட முற்களை விட்டுச் செல்லும்.

ஆனால் எல்லா காட்டுயிர்களிலும் எங்களை மிகவும் அச்சுறுத்தியது ரத்தம் குடிக்கும் அட்டைகளே. மழைக்காலம் வந்துவிட்டால் எங்கும் நடக்க முடியாது. காலில் ஒட்டிக் கொள்ளும் சிறிய புழு போன்ற அவை, தமது வாயிலிருந்து உணர்ச்சி இழக்கச் செய்யும் ஒரு திரவத்தை நம் தோலில் செலுத்திவிடும். உணர்வு இழந்தபின் நம் தோலை கடித்து ரத்தத்தை உறிஞ்ச ஆரம்பிக்கும். சுற்றி வீட்டுக்கு வந்து காலணிகளையும், காலுறைகளையும் கழற்றியபின் சின்ன நாவல்பழம் போல கருப்பாகத் தோலில் ஒட்டிக் கொண்டிருக்கும் எளிதில் பிரிக்கவும் முடியாது. அதைப் பிடுங்கி எறிந்த பின் ரத்தம் நெடுநேரம் கசிந்து வடிந்து கொண்டே இருக்கும். இதற்கு இரத்தத்தை உறைய வைக்காத தன்மை உண்டு. இதனால் உண்டாகும் அரிப்போ பல நாட்களுக்கு அதன் நினைவாக நம்முடன் இருக்கும்.

மற்றொரு பயங்கரமான பிராணி பெருச்சாளிகள். அவை முயல்கள் போல் பெரிதாக இருக்கும். எங்கள் வீட்டுத்தரை சிமெண்ட், மொசைக் போன்றவையின்றித் தரையைச் சமன் செய்து மண்ணால் பூசப்பட்டதாகவே இருக்கும். ஒருநாள் காலை லாரி எழுந்து காபி போடுவதற்காகச் சமையலறைக்கு மெல்லிய இளம் காலை ஒளியில் நடந்தார். சமையறையில் திடீரென உண்டாகியிருந்த மண் குவியலில் தடுக்கி விழுந்தார். லாரியின் தாயார் ஏதோ தனது கட்டிலின் அடியில் ஓடுகிறது. ஓடிவா என்று கத்தினார். அந்த பெருச்சாளிகள் எமது வீட்டுக்குள் தங்களுக்கும் வீடுகட்ட குழி தோண்டி, ஒரு மண் மலையையே ஓரிரவில் உண்டாக்கி விட்டன. இவ்வாறு சுவாரஸ்யமானதாக எங்கள் குடிசை வாழ்க்கை கழிந்தது.

மலையின் தன்மை மாறத் துவங்கியது. நிறைய வெளியாட்கள் நிலங்களை வாங்கித் தேயிலைத் தோட்டங்களாக்கி, வீடுகள் கட்டி காட்டை நவீனமாக்கக் குவிந்தனர். படிப்பறிவற்ற அந்த அப்பாவி மக்கள் கடினமான உழைப்பாளிகள். அவர்களுக்குத் தங்கள் நிலத்தின் மதிப்பு எதுவும் தெரியாது. பணம் அவர்களுக்கு பழக்கப்படாத ஒன்றுதான். ஊராட்கள் என்ற அந்த பழங்குடி இன அப்பாவிகளை சமவெளியிலிருந்து வந்த நாகரீக மனிதர்கள் அழகிய மது புட்டிகளைக் கொடுத்தும், ஜொலிக்கும் போலி தங்க ஆபரணங்களைக் கொடுத்தும் ஏமாற்றி, விலை மதிப்பற்ற அவர்களின் மலைகளைப் பிடுங்கிக் கொண்டனர். நாங்கள் வந்தபோது எங்கள் குடிசையைச் சுற்றிய மலைகளில் அந்த ஊராளிப் பழங்குடி மக்கள் வாழ்ந்து வந்தனர். அவர்கள் எளிய கடுமையான உழைப்பாளிகள். தங்கள் வீடுகளைத் தாங்களே கற்களால் கட்டிக் கொள்வார்கள்.

புற்களையும், மூங்கில்களையும் கொண்டு சுவர்களை அழகாகக் கட்டிவிடுவார்கள். பனி அண்டாமல் கதகதப்பாக அவர்களின் சின்னக் குடிசைகள் வசதியாக இருக்கும். எங்கள் வீட்டையும் கூட லாரி கிட்டத்தட்ட அதேபோல், ஆனால் சற்று பெரிதாகவும், ஜன்னல்களுடனும் வசதியாக வடிவமைத்தார். மலை உச்சியிலிருந்த எங்கள் வீட்டின் நாற்புறமும் உயர்ந்த மலைகள் சூழ்ந்திருக்கும். அவற்றைக் கண்டு ரசிப்பது பெரும் சுகம்.

ஊராளிகள், வேட்டையாடுவதிலும் வல்லவர்கள். அவர்கள் எங்களுக்கு எப்போதும் மிகவும் உதவியாக இருப்பார்கள். இந்த பெருச்சாளிகள் தொல்லையைத் தீர்க்க அவர்களின் உதவியை நாடினோம். இரண்டு ஊராளிகள் ஒரு சாக்குடனும், சில குச்சிகளுடனும் வந்தனர். என்ன மாயம் செய்தார்களோ, அடுத்த அரைமணி நேரத்தில் அரை டஜன் பெருச்சாளிகளைத் தங்கள் சாக்குப் பையில் போட்டுக் கொண்டு திரும்பினர்.

வாகாமோன் வாழ்க்கை மிக இனிமையானது. ஏகாந்தமான மலைகள், அப்பாவியான எளிய மக்கள். அருகிலே அறிவும் ஆன்மீகமும் கலந்த நல்ல துறவிகள் உறவு என வாகாமோன் வாழ்க்கை மறக்க முடியாதது. மலையாளம் இமயமலையின் மலைவாசிகள் மொழியிலிருந்து முற்றிலும் வேறுபட்டது. திராவிட மொழியான மலையாளத்திற்கும் வட இந்திய மொழியான இந்திக்கும் எவ்விதமான உறவும் இல்லை. எனவே 15 ஆண்டுகள் அரைகுறையாக இந்தி கற்றுக் கொண்ட லாரி மலையாளம் கற்றுக்கொள்ள மிகவும் சிரமப்பட்டார். ஆனால், படித்தவர்கள் நிறைந்த கேரளத்தில் மொழி ஒரு பிரச்சனை இல்லை. இந்தி, ஆங்கிலம் கொண்டு எளிதாக சமாளித்துக் கொள்ளலாம். ஆனால் லாரி ஆங்கிலம், இந்தி, மலையாளம் தவிர உலகப் பொது மொழி ஒன்றில் தேர்ந்தவராக இருந்தார். அதுதான் ஓவியம். லாரி எப்போதும் தன் பையில் சில அட்டைகளையும், பென்சில்களையும் வைத்திருப்பார். தன் கருத்தையும், தேவைகளையும் கார்டூன்களாக்கிப் பேசிவிடுவார். மலையாளம் பெரிதாகக் கற்றுக் கொள்ளாமலேயே கேரள வாழ்வை லாரி எளிதாகச் சமாளித்துவிட்டார். அவரால் அட்டைகளும், பென்சிலும் இல்லாமல் எங்கும் நகர முடியாது.

நீண்டகாலம் இமயமலைச்சாரலில் வாழ்ந்த லாரி தான் அங்கு உணர்ந்து பழகிய கட்டிட வடிவமைப்பு தென்னகத்தின் கோடியில் உள்ள கேரளத்தின் கட்டிடக் கலையுடன் முற்றிலும் மாறுபட்டதாக இருந்தது. குளிரும், பனிப் பொழிவும் மிக்க இமயமலைப் பகுதியில் பனிக்காற்றிலிருந்து தம்மைக் காத்துக்கொள்ள ஜன்னல்கள் குறைவாகவும், சிறிதாகவும் கொண்ட வீடுகளைக் கட்டினார். கேரளத்திலோ மாறுபட்ட சூழல். வெப்பமும், புழுக்கமும் கொண்ட

பருவ நிலைக்கு நல்ல காற்றோட்டம் மிக்கதாக வீடுகளை அமைப்பது அவசியம். கேரளத்தில் கட்டிடம் கட்டத் தேவையான சுண்ணாம்பு, சிமெண்ட் ஆகியன எளிதாகக் கிடைக்கும். கூடவே, சுருக்கி என்ற உடைந்த செங்கற்தூளும் மலிவாகவே கிடைக்கும் இவற்றைக் கட்டிடம் கட்ட பெரிதும் மலிவாக உபயோகிக்கலாம்.

மரங்கள் அடர்ந்த கேரளத்தில் தேக்கு, ஈட்டி போன்ற நல்ல மரங்கள் ஏராளம். அவற்றில் அற்புதமாகக் கதவுகளும், ஜன்னல்களும், மரச்சாமான்களும், சிலைகளும் செய்யும் தச்சர்களும், கலைஞர்களும் ஏராளம். கட்டிட வேலையில் தேர்ந்த வேலையாட்களும் எளிதாகக் கிடைப்பர். நாங்கள் வாகாமோன் சென்று இரண்டு ஆண்டுகளில் பிற நகரங்களுடன் இணைக்கும் சாலையும் நன்றாக அமைக்கப்பட்டுவிட்டது. எனவே கட்டிடப் பொருட்களைப் பெறுவதும், சிறந்த கட்டிட வேலையாட்களையும் பெறுவது எளிதானது. சிறந்த அழகிய மரச்சிற்பங்களும் வேலைப்பாடுகளும் கொண்ட கோவில்கள் ஏராளம். ஆனால் இந்த உன்னதக் கலை மெல்ல அழிந்து கொண்டுள்ளது. அடுத்த தலைமுறையில் இவற்றையெல்லாம் செய்யும் கலைஞர்கள் இருப்பார்களா என்பது சந்தேகமே. ஏப்ரல், மே மாதங்களில் கோடைக்காலம் வந்தவிடும். மழையும், காடுகளும் கொண்ட கேரளத்திலும் தண்ணீர் பஞ்சம் வந்துவிடும். மரங்களும் தண்ணீருக்கும் உள்ள தொடர்பை மனிதர்கள் புரிந்து கொள்ளாததன் விளைவுதான் இது. எங்கள் இடத்தைச் சுற்றி ஓடிய ஓடை வறண்டு போனது. எனவே கோடையின் வறட்சியை எதிர்கொள்ளும் திட்டத்தைச் சிந்தித்தார். சிற்றோடையைத் தடுத்து அணைகட்டித் தேக்க முடிவு செய்தார். காலம் கடந்து தண்ணீர் சேமிப்பைச் சிந்திக்கும் காலத்திற்கு முன் நீர் சேமிப்பைச் சிந்தித்தார், செயல்படுத்தினார். தடுப்பக்ணை கட்டும் திட்டம் உருவானது. அடுத்த கோடைக்குள் பெரிய தடுப்பணை கட்டி முடிக்கப்பட்டது. மழைக்காலத்தில் 18 அடி ஆழத்திற்கு தண்ணீர் தேக்கப்பட்டது. தண்ணீர் தட்டுப்பாடு பழங்கதையானது. அந்த அழகிய நீர்த்துறையின் கரையில் எங்களுக்கான அழகிய வீட்டைக் கட்டவும் முடிவு செய்தோம்.

கூடவே மருத்துவமனையும் மக்கள் தேவைக்கு ஏற்ப விரிவாக்க வேண்டிய தேவை நெருங்கியது. வெளி நோயாளிகளைப் பார்ப்பது மட்டும் போதாது, உள் நோயாளியாக வைத்து கவனிக்க வேண்டிய தேவையும் அதிகரித்து வந்தது. சிறுசிறு அறுவை சிகிச்சைகளுக்காக தூரத்து நகரங்களுக்கு ஓடும் நிலையை மாற்ற மருத்துவமனையில் ஒரு அறுவை அரங்கம் கட்டவும் முடிவு செய்தோம்.

ஜூன், ஜூலை, ஆகஸ்ட், செப்டம்பர் என நான்கு மாதங்களில் கேரளாவில் இடைவெளியின்றி கனத்த மழை பொழியும். அந்த

மழையைத் தாங்கக்கூடிய கட்டிடங்களை வடிவமைப்பது அவசியம். மரங்களற்ற அந்த மொட்டை மலைகளில் டிசம்பர், ஜனவரி மாதங்களில் பலமான காற்று வீசும். பல குடிசைகளின் கூரைகளைக் கூட தூக்கிச் சென்றுவிடும். எனவே கடும் மழையை மட்டுமல்ல, சூறைக் காற்றையும் சமாளிக்கும் கட்டிடத்தை வடிவமைக்க வேண்டும்.

எங்கள் வாகாமோன் வீட்டை, லாரி, ஸ்வீடன் அடுக்கு வீடுபோல வடிவமைத்தார். தரை மற்றும் முதல்மாடி கொண்ட வீட்டின் கூரை, தரைக்கு சற்று உயரம் வரை சரிவாக இருக்கும். காற்றோ மழையோ அவ்வளவு எளிதாக நுழைந்துவிட முடியாது. 6 படுக்கை அறைகள், ஒரு பெரிய கணப்புடன் கூடிய அரங்கு மழைக்காலத்திற்கு மிக வசதியானது. புத்தகங்களைப் பாதுகாப்பதுதான் இந்த மழை ஈரச் சூழலில் சற்று கடினம் வசதியான அழகிய வீடு.

மருத்துவமனையையும் இதுபோல சூழலுக்கு ஏற்ப கேரளப் பாரம்பரிய அமைப்பில் வடிவமைத்தார். மேற்குப் பக்க சுவரை மட்டும் மழைச் சாரலின் ஈரத்தைத் தாங்கும் வகையில் இரட்டைச் சுவராக வைத்தார். மருத்துவமனை மிகச் சிறப்பாக நடந்தது. ஏழை எளிய மலைத் தோட்டத் தொழிலாளர்கள் வசதிமிக்க தேயிலைத் தோட்ட அதிகாரிகள் என அனைத்துத் தரப்பினரும் வந்தனர். சாண்டாங் போலன்றி வாகாமோனில் மருத்துவப் பணிக்கு நிறைய ஆட்கள் கிடைத்தனர். எனவே லாரியின் வேலைப் பளு வெகுவாகக் குறைந்தது. நிறைய வீடுகளை வடிவமைத்துக் கட்டும் பொறுப்பை ஏற்றுக் கொண்டார்.

மரங்கள் வெட்டப்பட்ட அந்த மலையில் மீண்டும் மரங்களை நட்டு, இயற்கை அரண் உண்டாக்குவதும் எங்கள் கடமை என்று முடிவு செய்தோம். லாரி, மலைக்கு உரித்தான மரவகைகளைத் தேடித் தேடிப் பெற்று நட்டுவந்தார். தண்ணீருக்குப் பஞ்சமில்லாத அந்த மலைகளில் அவை வேகமாக வளர்வதைக் கண்டு மகிழ்ந்தோம். முன்னை விடவும் அதிகமான பார்வையாளர்களும், விருந்தினர்களும் ஆசிரமத்திற்கு வரத் துவங்கினர். பல முக்கிய நபர்களும் வந்தனர். பெண்களுடன் வரும் அவர்களுக்கு நாங்கள் தான் தங்கும் வசதிதர நேர்ந்தது. திருவில்லாவிலிருந்து மர்த்தோமா தேவாலய பிஷப் அத்தன்னசியோஸ் அடிக்கடி ஆசிரமத்திற்கு வருவார். லாரியுடன் நீண்ட கலந்துரையாடலை மேற்கொள்வார்.

பிஷப் திருவில்லாவில் ஒரு புதிய தேவாலயம் கட்ட நினைத்தார். அது பழைய தேவாலயங்கள் போலன்றி, வேறுபட்டதாக அமைக்க வேண்டும் என்ற முடிவு செய்தார். அது பற்றிப் பலமுறை எங்கள் வீட்டுக்கு வந்து லாரியுடன் பேசி, பல வகையான மாதிரிகளை வரைந்து காட்டச் சொன்னார். கடைசியில் கேரள இந்து ஆலயங்கள்

போல வட்ட வடிவில் அமைக்க முடிவு செய்தனர். இந்த மாறுபட்ட கட்டிட அமைப்புக்கான ஒப்புதல் பெற பிஷப் ரோம் சென்றார். போப் கட்டிட மாதிரி கொண்டு மிகவும் மகிழ்ந்தார். தனது ஆசியுடன் லாரியைப் பாராட்டினார்.

லாரியின் தரவாடுகள்

கேரளத்தின் கோயில்களும், அடக்கமான தரவாடு எனும் பாரம்பரிய வீடுகளும் லாரியை மிகவும் ஈர்த்தன. எளிமை, அழகு, பருவநிலைக்கு ஏற்ற அமைப்பு பயன்பாட்டுக்கு உகந்த வசதிகள், இயற்கையுடன் கலந்துபோன தன்மை ஆகிய அனைத்தும் கொண்ட கட்டிடங்கள் அவை. அவற்றை உருவாக்கிய பொருட்கள் எதுவும் எங்கிருந்தும் கொண்டுவரப்பட்டவை அல்ல. உள்ளூர் பொருட்களையே முற்றிலும் பயன்படுத்தும் அழகிய கலைவண்ணப் படைப்புகள் அவை. ஆனால் காலம் மாறிப் போய்க் கொண்டுள்ளது. இந்த மண்ணின் மைந்தர்களே தங்களின் இந்த பாரம்பரிய கலைத் திறனையும், அழகையும் கண்டு ரசிக்கும் உணர்வை மெல்ல மெல்ல இழந்து வருகிறார்கள். பல மலையாளிகள் அரபு நாடுகளுக்கும், பிற வெளிநாடுகளுக்கும் வேலைக்காகச் சென்று, கைநிறையப் பணத்துடன் திரும்பி வரத் துவங்கினர். இதை ஒரு வழியில் துரதிருஷ்டம் என்றே சொல்ல வேண்டும். வேலை நாடுகளின் உயர்ந்த அடுக்கடுக்கான வான்முட்டிய அலங்காரக் கட்டிடங்களின் ஜொலிப்பு, அவர்கள் மனதில் பதிந்ததன் விளைவாகத் தமது முன்னோரின் எளிய

பாரம்பரிய தரவாடுகள் நாகரிகமற்ற, பழமையின் சுவடுகளாகவே பட்டது. எனவே அவர்கள் ஒவ்வொரு முறை வரும்போதும் தனது பாரம்பரிய வீடுகளை இடித்து காங்கிரீட் வீடுகளைக் கட்டி வருகின்றனர். கேரளத்தின் பருவநிலைக்கும், சூழலுக்கும் ஏற்றதா என்ற கேள்வி அவர்களுக்குத் தேவையற்றதாகிப் போனது.

நாகரிகமும், முன்னேற்றமும், தேவையில்லை என இடித்துத் தள்ளிய வேலைப்பாடு மிக்க கதவுகளும், மரப்பொருட்களும், ஓடுகளும், செங்கல்லும் பிற சாமான்களும் லாரிக்குத் தனது புதிய உருவாக்கத்திற்குப் பெரிதும் கை கொடுத்தன. வளர்ச்சி எனும் பேரில் நடந்துவரும் அசுரவேக மாற்றங்களில் கேரளப் பாரம்பரியம் முற்றாக அழித்துப்போய்விடாமல் பாதுகாக்கும் எளிய முயற்சியை லாரி பிடிவாதமாக மேற்கொண்டார்.

அந்த சமயத்தில் இந்தோ ஸ்விஸ் திட்டத்தின் கீழ் சில கூட்டு வளர்ச்சி பணிகள் மேற்கொள்ளப்பட்டன. எங்கள் மருத்துவ மனையின் அருகில்தான் அவர்கள் முகாமிட்டிருந்தனர். லாரி அந்த பொறியாளர்கள், நிபுணர்களுடன் பழகும் வாய்ப்பைப் பெற்றார். மூணாரின் அருகில் மாட்டுப்பட்டியில் ஒரு கால்நடைப் பண்ணை இந்தோ ஸ்விஸ் திட்டத்தில் உருவான போது லாரி அவர்களுடன் சேர்ந்து இயங்கினார். 1963 — 1968 எங்கள் வாழ்வின் மிகுந்த சுறுசுறுப்பான காலம். லாரிக்குப் பல புதிய கட்டிடங்கள் உருவாக்கும் பொறுப்புகள்; எனக்கு மருத்துவமனையில் ஓய்வற்ற வேலைகள். அந்த மலைகளின் நடுவே எங்கள் மருத்துவமனையில் ஒரு எக்ஸ்ரே கருவி வாங்கி வைத்தோம். ஒவ்வொன்றுக்கும் வலியுடனும், வேதனையுடனும் மேடு பள்ளமுமான மலைப்பாதையில் நீண்ட தொலைவில் உள்ள நகரத்திற்கு அடிபட்டவரைத் தூக்கிச் செல்லும் கொடுமையிலிருந்து ஏழைத் தொழிலாளர்கள் தப்பித்தனர். வெளிநாடுகளிலிருந்தும் எங்களுக்கு உதவும் மருத்துவ மாணவர்களும், நர்ஸ்களும் கூட வந்தனர். இங்கிலாந்து, நியூசிலாந்து நாடுகளிலிருந்து நர்ஸிங் பயிலும் பெண்கள் நமது நாட்டின் மக்கள் பற்றியும், நோய்கள் பற்றியும் அறியவந்தனர். அவர்கள் எங்களிடம் வேலை செய்த பயிற்சி பெறாத பெண்களுக்கு நோயாளிகள் கவனிப்பு, அறுவை சிகிச்சைகளுக்கு உதவுதல் பற்றி பயிற்றுவித்தனர்.

லாரி, தனது பெரும்பாலான நேரத்தைப் புதிய புதிய மாறுபட்ட கட்டிடங்களை வடிவமைக்கச் செலவிட்டார். வாகாமோன் மட்டுமல்ல தமிழகத்தின் மதுரைப் பகுதியிலும் அவர் கட்டிடங்கள் உருவாக்கும் பொறுப்பை ஏற்றுக் கொண்டார். திராவிட கட்டிடப் பாணியில் ஒரு பிரார்த்தனை அரங்கைக் கட்டினார். மைய அரங்கின் வாயிலில் பெரிய தாமரைத் தடாகம் ஒன்றை அமைத்திருந்தார். மதுரையில் சி.எஸ்.ஐ யின் இறையியல் கல்லூரியில் தேவாலயம்

ஒன்றையும் கத்தோலிக்கக் கல்லூரியையும் உருவாக்கினார். மலையிலிருந்த எமது வீடு பலரும் வருகை புரியும் ஒரு இடமானது. விடுமுறை காலங்களில் நிறைய விருந்தினர் கூடுவர். அழகிய, ஆரோக்கியமான சூழலில் வந்து தங்குவது நண்பர்களுக்கு மிகவும் பிடித்தமானதாக இருந்தது. 1967 இல் எங்கள் மூன்றாவது குழந்தை ஹைடி பிறந்தாள். குறை மாதத்தில் பிறந்ததால், மிகவும் சிறிய குழந்தையாக இருந்தாள். மிகுந்த கவனத்துடன் வளர்க்க வேண்டியிருந்தது. சாண்டாங் போலன்றி இங்கு எங்களுக்கு உதவ நிறைய ஆட்கள் இருந்தனர். மரியம்மா அத்தகைய மிகச் சிறந்த உதவும் ஆத்மாவாக வந்து சேர்ந்தார். எங்கள் குடும்பத்தின் பிரிக்க முடியாத ஒரு நபராகவே அவர் மாறிவிட்டார். மரியம்மாவின் ஒப்பற்ற அன்பாலும், கவனிப்பாலும் ஹைடி நன்கு வளர்ந்தாள்.

1968 இல் வாகாமோன் மருத்துவமனை கட்டி ஐந்தாண்டுகள் முடிந்தது. லாரியின் தாயாருக்குத் தொண்ணூறு வயதானது. திலக் ஆறு வயதானவனானான். பள்ளிக்கு அனுப்ப வேண்டிய பருவம் வந்தது. மூத்த மகள் வித்யாவை ஏற்கனவே ஹாஸ்டலில் தங்கிப் படிக்க ஒரு பள்ளியில் சேர்த்து விட்டோம். ஹைடி இரண்டு வயதுக் குழந்தை லாரியின் தாயார் இந்தியா வந்து ஆறாண்டுகளாகி விட்டது. அவருக்குத் தனது மகளைப் பிரிந்து இங்கிலாந்து செல்ல மனமில்லை.

திருவனந்தபுரம் அருகே எங்கள் நண்பர்கள் ஒரு பள்ளியைத் துவக்கிய நல்ல செய்தி எங்களுக்கு எட்டியது. அது விடுதியுடன் கூடிய பள்ளி. மாணவர்களை மிகச் சிறப்பாக ஒரு குடும்பம் போலப் பேணி வளர்த்து வந்தார்கள். மாணவர்களுக்குப் படிப்பு மட்டுமின்றி பிற துறைகளிலும் பயிற்சியும், பொறுப்பும் கொடுத்து வளர்ந்து வந்தார்கள். தச்சுவேலை, நெசவு, விவசாயம் போன்ற ஆக்கப் பணிகளுக்கான பயிற்சியும் கல்வியுடன் சேர்த்துத் தரப்பட்டது. எனவே திலக்கை அப்பள்ளியில் சேர்க்க முடிவு செய்தோம்.

எனவே திலக்கை அழைத்துக் கொண்டு போய், அவனுடன் கூட 6 மாத காலம் இருந்து அவன் சூழலுக்கு அவன் பொருந்தி வரும்வரை கூட இருப்பது என முடிவு செய்தோம். திருவனந்தபுரம் கேரளத்தின் தலைநகரம். ஒரு கலாச்சார மையமும் கூட. நிறையப் படிக்கவும், நிறைய மனிதர்களைச் சந்திக்கவும் வாய்ப்புக் கிடைக்கும் என நினைத்தோம்.

அதே சமயம் திருவனந்தபுரத்திற்கு இத்தாலியிலிருந்தும், ஜெர்மனியிலிருந்தும் Auxiliare Feminine International என்ற அமைப்பைச் சேர்ந்த நண்பர்கள் வந்திருந்தார்கள். அவர்கள் கேரளாவின் மத்தியப் பகுதியில் ஒரு மருத்துவமனை துவக்கும் எண்ணத்துடன் வந்திருந் தார்கள். நர்ஸ் அலினா, கட்டானி, டாக்டர் ஷிங்டிகார்டி சினா

ஆகியவர்கள் இங்கிருந்து இதற்கான பணியைச் செய்ய வேண்டும் என முடிவு செய்திருந்தனர். அவர்கள் எங்கள் பணிகளைப் பற்றிக் கேள்விப்பட்டு, எங்களுடன் சேர்ந்து இயங்கவும், உதவவும் முன்வந்தனர்.

எங்கள் மருத்துவமனையின் பொறுப்பை ஆறுமாதகாலம் ஏற்று நடத்த முன் வந்தனர். எனவே வாகாமோன் மருத்துவமனையைத் தொடர்ந்து நடத்துவதில் பெரும் சிரமமில்லாமல் போனது. எனவே 1969 இல் வாகாமோன் மலைகளின் ஏகாந்தத்திலிருந்து விலகி பரபரப்பு மிகுந்த கேரளத் தலைநகர் திருவனந்தபுரம் குடி புகுந்தோம். ஒரு புதிய மாற்றம் ஒரு புதிய நல்ல துவக்கம் ஒன்று மீண்டும் எங்களுக்குக் கிடைத்தது.

கேரளத்தில் லாரியின் கைவண்ணம்

திலக் சேர்ந்த அந்த பள்ளியின் பெயரும் மித்ரநிகேதன்தான். திலக்கை அங்கு சேர்த்தபோது அங்கு தங்கும் விடுதி வசதியில்லை. லாரி, தனது மலிவு மாதிரியில் வீடு ஒன்றை அங்கு கட்ட முடிவு செய்தார். லாரி அங்கு முதலில் சென்று கட்டிடப்பணியைத் துவக்கினார். வீட்டின் மையப்பகுதி வளம் பார்த்தாற் போலத் திறந்திருக்க, சுற்றிலும் அறைகளுடன் வடிவமைத்திருந்தார். காற்றோட்டமும், பாதுகாப்பும் மிக்கதாக அது அமைந்திருந்தது. எங்களுக்கென சில அறைகள். சமையலறை. விருந்தினர் அறை என அனைத்து வசதிகளும் கொண்டதாக இருந்தது. நாங்கள் எங்கு சென்றாலும் எங்களுக்கு விருந்தினர்கள் தவறாது வருவார்கள். எனவே அவர்களுக்கென ஒரு அறை தவிர்க்க முடியாது. கட்டுமானப் பொருட்களும், கட்டிடக்கலைஞர்களும் வாகாமோன் போலன்றி எளிதாகக் கிடைத்தார்கள். மேற் கூரையை ஓலை கொண்டு வேய்ந்தோம். இரண்டு வாரங்களில் வீடு தயாராகி விட்டது. குளுமையான, வசதியான வீட்டில் குடியேறினோம். 1969 மேயுடன் வாகாமோன் மலையின் ஏகாந்த வாழ்க்கையும் பழங்குடிகளுக்கான மருத்துவப்பணியும் முடிவுக்கு வந்துவிட்டது. திருவனந்தபுரம் வந்து

சேர்ந்தோம். அந்த சின்ன அவசரவீட்டில் வெறும் ஆறுமாதங்கள்தான் இருப்போம் என நினைத்தோம். ஆனால் திருவனந்தபுரம் இன்றுவரை எங்களை விடவில்லை. மித்ரா நிகேதனை விட்டு திருவனந்தபுரத்திற்கு எங்கள் குடியிருப்பு மாறியது.

மித்ரா நிகேதனில் எங்களுக்குப் பெரும் வரவேற்பு அங்கு அனைவரும் எங்களுடன் மிகுந்த நட்புடன் பழகினர். புதிய வீட்டில் புதிய நண்பர்கள் சூழலில் வாழத் துவங்கினோம். செங்கல், களிமண், சிமெண்ட் இவற்றால் கட்டப்பட்ட வீட்டிற்கு ரூ.2500 அப்போது செலவானது. அப்போது எளிமையும் நேர்மையும் கொண்ட அச்சுதமேனன் கேரள முதல்வராக இருந்தார். எம்.என். கோவிந்தன் நாயர் கிராமப்புற வீட்டு வசதித் துறை அமைச்சராக இருந்தார். பெனடிக்ட் மார்க்ரிகோரியஸ் சமூக உணர்வு மிக்க பெரியவர் திருவனந்தபுரத்தின் ஆர்ச் பிஷப்பாக இருந்தார். வீடின்றி வாடிய ஏழைகளுக்குத் தலை சாய்க்க ஒரு வீடு வழங்க வேண்டும் என்ற மனிதாபிமான உணர்வுமிக்கவர்கள் எங்களுக்குத் துணையாக இருந்தனர். பிஷப் வெறும் ஆன்மீகத் தலைவராக மட்டுமின்றி, செயல் வேகம் மிக்க சமூக சேவகராகவும் இருந்தார். அவர் தனது லட்சியத்தை நிறைவேற்ற எந்தவிதமான எதிர்பார்ப்பும் இன்றி முயற்சிகள் மேற்கொண்டார்.

நாங்கள் அப்போதுதான் எங்கள் புதிய வீட்டைக் கட்டி முடித்து குடியேறியிருந்தோம். ஆர்ச் பிஷப் எங்களது அழகான வீட்டையும், அதைக் கட்டிய அதிசய கட்டிடக்கலை நிபுணரையும் பார்க்க எங்கள் வீட்டுக்கே வந்து விட்டார். வீட்டை ஒவ்வொரு அங்குலமாகச் சுற்றிப்பார்த்து ஒவ்வொன்றையும் வியந்து போற்றினார். இத்தனை அழகான, வசதியான வீட்டை இத்தனை குறைவான செலவில்கட்ட முடியுமா என்று வியந்தார். அவர் ஏழைகளுக்கான வீடுகட்டித் தர வேண்டும் என்ற ஆசையுடன் பல பொறியாளர்களை அணுகினார். எவரும் வெறும் நாலாயிரத்தில் ஒரு சமையலறை கழிப்பறையுடன் வீடுகட்டித் தர முடியும் என்று கூறவில்லை. பிஷப் லாரியிடம் ரூ.2500 இல் ஒரு வீடு கட்டித் தர முடியுமா என்று சவால் விட்டார். பிஷப் தன் வீட்டின் அருகில் காட்டிய இடத்தில் லாரி சவாலை ஏற்றுக் கொண்டு ஒரு வீட்டை சமையலறை, கழிப்பறை வசதியுடன் கட்டி முடித்தார். லாரி பேக்கர் எனும் கட்டிட வடிவமைப்பாளர் திருவனந்தபுரத்திலே தனித்துவத்துடன் நிலை பெற்றார்.

திருவனந்தபுரம் கண்டோன்மெண்ட் தேவாலயத்தை விரிவாக்கும் பணி லாரியிடம் ஒப்படைக்கப்பட்டது. தேவாலயத்தின் பழைய பகுதி எது, புதிதாக கட்டப்பட்ட பகுதி எது என்று வேறுபாடு காண முடியாதபடி பழமையுடன் இயைந்த கட்டிட வடிவமைப்பைக் கண்ட எவரும் வியக்கும்படி கட்டி முடித்தார். தேவாலய அரங்கின்

இருபுறமும் எட்டடி விரிவாக்கப்பட்டது. முன்னைப்போல் இருமடங்கு இருக்கைகள் கொள்ளும் அளவுக்குப் பெரிதான அந்த தேவாலயத்தைப் பார்க்கும் எவரும் புதிய விரிவாக்கப் பகுதி எது என்பதை அடையாளம் காண முடியாதபடி சிறப்பாக வடிவமைக்கப்பட்டிருந்தது.

ரூபாய் 2500 ல் வீடு கட்ட முடியும் என்ற புரட்சியை யாரோ பிரிட்டிஷ்காரர் செய்துள்ளார், அது இந்திய மரபுக்கும், கேரளத்தின் பருவநிலைக்கும் பொருந்தியதாக வடிவமைக்கப்பட்டுள்ளது என்பது தலைநகரின் முக்கியச் செய்தியாகப் பேசப்பட்டது. ஆனால் விலையுயர்ந்த கட்டிடங்கள் கட்டும் காண்ப்ரன்சுகளின் வெறுப்புக்கும் ஏளனத்திற்கும் ஆளாக நேர்ந்தது. கட்டிடக் கட்டுமானச் செலவில் ஒரு குறிப்பிட்டப் பகுதியைத் தங்கள் கட்டணமாகப் பெறும் அவர்கள் ஏன் மலிவான கட்டிடம் பற்றிச் சிந்திக்கப் போகிறார்கள்? ஆனால் பல இளம் கட்டிடக்கலை மாணவர்கள் லாரியின் நுட்பத்தின் பால் பெரிதும் ஈர்க்கப்பட்டனர். தங்களுடைய உரை சிறப்பாக அமைய வேண்டும் என்பதற்காக, லாரி, திருவனந்தபுரத்தின் பழைய புதிய கட்டிடங்களை அணுகி ஆய்வு செய்தார். பல புதிய கட்டிடங்கள் செங்கல்லால் கட்டப்பட்டு, மேலே சிமெண்ட் பூசப்பட்டு, அதன்பின் செங்கல்போல் வரி உண்டாக்கி, சிவப்ப பெயிண்ட் அடித்துள்ளதைக் கண்டார். செலவை அதிகரிக்கும் தேவையற்ற யுக்தி அவரை மிகவும் பாதித்தது.தனது உரையில் இத்தகைய ஊதாரித்தனமான அதிகச் செலவு செய்துள்ள கட்டிடங்களைக் குறிப்பிட்டு விமர்சனத்துடன் பேசினார். அத்தகைய கட்டிடங்களைக் கட்டிய சில முன்னணிப் பொறியாளர்கள் அமர்ந்திருந்தனர். தேவையற்ற பருவநிலைக்கும், மரபுக்கும் பொருந்தாத கட்டிடங்களை விமர்சித்த லாரியின் பேச்சு அவர்களுக்குக் கசப்பாக இருந்தது வியப்பில்லை.

அப்போது கேரளத்தின் முதலமைச்சராக இருந்த அச்சுத மேனன், எளிமைக்கும் மனித நேயத்திற்கும் முன்மாதிரியான மனிதர். அரசியல்வாதிகளில் அவர் ஒரு அரிய மாணிக்கம். அவர் மாநிலத்தின் மொழித் துறைக்கொடை ஒரு அழகிய நூலகத்தைக் கட்ட வேண்டும் என விரும்பினார். பொதுப்பணித்துறை அதிகாரிகள் அமைத்த வரைபடமும், அதற்கான செலவும் பலலட்சங்களைத் தொட்டது. லாரியிடம் முதல்வர் இது பற்றிப் பேசினார். வியாபார லாப நுணுக்கம் தெரியாத லாரி ஒரு லட்சம் ரூபாயில் நூலகக் கட்டிடத்தைக் கட்டிவிட முடியும் என உறுதியுடன் கூறிவிட்டார். ஆனால் எவ்வித ஒப்பந்தத்திலும் கையெழுத்திட முடியாது என உறுதியுடன் கூறிவிட்டார். அரசு விதிமுறைகளுக்கு மாறாக ஒரு நேர்மையாளரின் வாக்கை நம்பி ஒரு கட்டிட ஒப்பந்தம் செய்யப்பட்டது பெரும் பேச்சானது. அரசுத்

துறையின் பொறியாளர்களின் மனக் கசப்பையும் வெறுப்பையும் இது உருவாக்கும் என்பது லாரி உணரவில்லை. லாரி, அரசுக்காகக் கட்டிய முதல் கட்டிடமும் இதுவே. உள்ளூர் செங்கல் உற்பத்தியாளர்கள், உள்ளூர் கட்டிடத் தொழிலாளர்கள் கொண்டுதானே முன்னின்று கட்டிடத்தைக் கட்டி முடித்தார். தினமும் கூலியைக் கூடதானே கொடுத்தார்.

நூலகக் கட்டிடம் தற்காலிகமானது என்ற முடிவுடனேயே கட்டப்பட்டது. ஆனால் முப்பது ஆண்டுகளுக்குப் பின்னும் திறந்த செங்கல்லால் கட்டப்பட்டு, மங்களூர் ஓடுகள் கொண்டு வேயப்பட்ட அந்தக் கட்டிடம் இன்னும் உறுதியாக லாரியின் பெயரைச் சொல்லி நின்று கொண்டுள்ளது. ஒருநாள் காலை ஒரு பத்திரிகையில் லாரி கட்டிய ஒரு கட்டிடம் இடிந்து விழுந்து விட்டது என்ற செய்தி வந்தது. முதலமைச்சர் அச்சுதமேனன் பதறிப்போய் அதைச் சரிபார்க்க ஆட்களை அனுப்பினார். அதிர்ஷ்டவசமாக இடிந்தது அருகில் முன்னர் கட்டப்பட்டிருந்த பழைய கிடங்குதான் என்பது தெரிய வந்தது. இவ்வாறு பலம் வாய்ந்த மனிதர்களின் வெறுப்பையும், பகையையும் லாரி தன் தன்னலமற்ற பணிக்காக எதிர்கொள்ள நேர்ந்தது.

(அதே சமயம்) அச்சுதமேனன் டாக்டர் கே.என். ராஜ் போன்ற முன்னணிப் பொருளாதார அறிஞர்கள் துணையுடன் கேரளத்தில் ஒரு பொருளாதார ஆய்வுப் பள்ளியைத் துவக்கும் முயற்சியை மேற்கொண்டார். கேரளத்தின் வளர்ச்சி குறித்தும், பொருளாதார முன்னேற்றம் பற்றியும் ஆய்வுகள் அங்கு நடத்தப்பட வேண்டும் என்று திட்டமிட்டார்.

இதற்காக நகரத்தின் ஓரத்திலிருந்த ப்ரசாந்த நகர் என்ற பகுதியை ஒட்டி இருந்த தரிசு நிலத்தை இதற்கென வாங்கினார்கள். சில முந்திரி மரங்களும், ஓரிரண்டு புளிய மரங்களுமே அதில் இருந்தன. மத்திய அரசும், மாநில அரசும் இதற்கான நிதியை வழங்கின. மிக எளிமையாகத் துவங்கப்பட்டது. டாக்டர் கே.என் ராஜ் முதல் கட்டமாகத் தேவையான கட்டிடங்கள் பற்றி விளக்கமளித்தார். லாரி உடனே அந்தத் தேவைகளுக்கான வரைபடத்தை வரைந்தார். வளர்ச்சிக்கான ஆய்வு மையம் இவ்வாறு உருவானது. டாக்டர் கே. என். ராஜ், டாக்டர் டி.என். கிருஷ்ணன், டாக்டர் பி. ஜி.கே. பணிக்கர், டாக்டர் டி.ஏ. வைத்தியநாதன், டாக்டர் ஐ.எஸ். குலாத்தி போன்ற சிறந்த அறிஞர்கள் பங்களிப்புடன் மையம் செயல்படத் துவங்கியது.

மலிவான வீடு எனும் லாரியின் லட்சியம் அவ்வளவு எளிதாக எட்டக் கூடியதாக இல்லை. வீடு என்பது ஒருவரின் வருமான வசதிக்கு ஏற்றதாகவும், வாழ்வு வசதிக்கு உகந்ததாகவும் இருக்க

வேண்டும் என்பது லாரியின் கருத்து. பொதுப்பணித்துறையிலிருந்து ஓய்வுபெற்ற பொறியாளர் ஒருவர் லாரியின் கட்டிடச் சுவர்களைப் பூச்சற்ற திறந்த செங்கல் கொண்டதாக அமைத்தார். கட்டிடத்தின் கூரை வந்தபோது எப்படிக் கட்டுவது என்ற பிரச்சனை வந்தது. சாதாரணமாக தட்டையான தார்ஸ் போடுவதுதான் பழக்கம். ஆனால் மழை அதிகமுள்ள கேரளத்திற்கு இந்த தட்டைக் கூரை ஏற்றதல்ல. என்பதை லாரிதன் அனுபவத்தால் உணர்ந்திருந்தார். மழையும் வெய்யிலும் மிக அதிகமாக இருக்கும் கேரளத்தின் பருவ நிலைக்கேற்ப வீடுகள் அமைக்கப்பட வேண்டும் என்பது அவரது கருத்து. கேரளத்தின் பழைய வீடுகள் சரிவான உயர்ந்த கூரை கொண்டதாக இருப்பதைக் கண்டார்.

அதில் மழைநீர் எளிதில் வடிந்து ஓடுவதையும், வெப்ப காலத்தில் சூடு இறங்காததாகவும் இருப்பதைக் கண்டார். ஆனால் ஓட்டுக் கூரை கொண்டஇந்த வீடுகளுக்கு அதிக மரம் தேவைப்படும். விலையும் அதிகம். எனவே சரிவான காங்கரீட் கூரையமைப்பே சிறந்தது என்று முடிவு செய்தார். லாரி, லக்னோவில் ஒரு கட்டிடம் கட்டியபோது ஒரு பெங்காலி பொறியாளருடன் சேர்ந்து சரிவான செங்கல் கூரையை வடிவமைத்தார். இது கனம் குறைவானது. எனவே குறைவான இரும்புக் கம்பியே தேவைப்பட்டது. மாலையில் செங்கல்லில் ஏறிய வெப்பம் வெளியேறிவிட இரவு வீட்டினுள் குளுமையாகிவிடும். ஆனால் முழு காங்கிரீட்டுக்கு பதில் மலிவான, எடைகுறைவான மங்களூர் ஓட்டைப் பயன்படுத்துதல் மூலம் இந்த இரண்டு பிரச்சனைகளும் சரிசெய்யப்பட்டுவிடும் என்று இருவரும் நம்பினர். பக்கத்தில் பக்கத்தில் கூரை வீட்டைப் பிரித்து விட்டு, தார்ஸ் போட்ட ஒருவரிடம் ஓடுகள் இருப்பதைக் கண்டார். இதைக் கொண்டே புதிய மாதிரிக் கூரையை அமைப்பது சிறந்தது என்று கருதினார். மங்களூர் ஓடுகளை ஒன்றன்மேல் ஒன்றாக அடுக்கி மரத்திற்கு பதிலாக காங்கிரீட் தாங்கு சட்டங்களை இடையே பயன்படுத்தலாம் என முடிவு செய்தார். இரண்டு மங்களூர் ஓடுகள் சூரிய வெப்பத்தைக் குறைக்கவும், கூரை கனமின்றி இருக்கவும், கட்டிடம் மலிவாக கட்டவும் உதவியது. இத்தகைய சுட்ட களிமண் வெற்றிடச் செங்கற்களையும், சட்டங்களையும், ஓடுகளையும் கொண்டு இங்கிலாந்தில் கட்டிடம் கட்டப்படுவதை லாரி முன் மாதிரியாகக் கொண்டார்.

மங்களூர் ஓட்டுக் கூரையை லாரி விரிவாக பல கட்டிடங்களில் பல மாடிக் கட்டிடங்களில் கூடப் பயன்படுத்தினார். அரசு பொதுப்பணித் துறையும், தனியார் பெரும் காண்ட்ராக்ட்காரர்களும் இதை ஏற்கவில்லை. மத்திய கட்டிட ஆய்வு நிறுவனம் நோக்கி லாரியின் கட்டிடத்தை ஆய்வு செய்து உறுதியானது என்று அறிவித்த

பின்னும் அவர்கள் ஏற்கத் தயங்குகின்றனர். நிலநடுக்கம், சுனாமி போன்ற பேரழிவுகளைத் தாங்கும் உறுதியான, குளுமையான, மலிவான லாரியின் கட்டிடங்கள் காலத்தை வென்று அவரது தத்துவ சாட்சிகளாக நிற்கின்றன.

வாழ்க்கைப் படகு நகர்கிறது

லாரி பெரிய திட்டங்களை எடுத்து நடத்தத் துவங்கினாரேயன்றி, அவர் பொருளாதார நிர்வாகத்தில் தேர்ச்சி பெற்றவராகவோ, லாபகரமாக அதை நடத்துவதில் திறமை பெற்றவராகவோ இல்லை. அவர் எழுதப்பட்ட ஒப்பந்தங்கள் செய்து கொண்டு எந்த வேலையையும் துவங்கும் தொழில் முறை அணுகுமுறை அற்றவராகவே இருந்தார். இதுதான் திட்டம். இத்தனை செலவாகும், இத்தனை முன்பணம் எனும் வழக்கமான நடைமுறைகளை அவர் கடைபிடிக்கவில்லை செலவு குறைப்பு என்பதுதான் அவரது அடிப்படை லட்சியம். அதற்க உள்ளூரில் கிடைக்கும் கட்டுமானப் பொருட்களைப் பயன்படுத்துவது என்பது அவரது செயல் யுக்தி.

ஒரு சமயத்தில் 10 — 12 கட்டிடங்களை எடுத்துச் செய்யும் அளவு சுறுசுறுப்பானவர். பல ஆயிரங்களை வாங்கவும், செலவழிக்கவும் துவங்கும்போது அதற்கான முறைப்படியான கணக்கு அவசியம். தனக்கு உதவும் தனிச் செயலாளரையோ, கணக்குகளைப் பார்க்கும் அலுவலரையோ அவர் வைத்துக் கொள்ளவில்லை. சொல்லப்போனால் அவருக்கென்று தனி அலுவலகம் கூட இல்லை. இதற்கெல்லாம் செலவு செய்தால் அது வாடிக்கையாளர் தலையில்தானே விடியும் என்பது அவரது கருத்து. எனவே நான் ஒவ்வொரு வாடிக்கையாளரின் வரவு — செலவு ஆகியவற்றைத் தனித்தனியே குறித்து வைத்து உதவுவது, குழப்பமின்றி நடத்த

அவசியம் எனக் கருதி அதற்குப் பொறுப்பேற்றேன். தலைமை மேஸ்திரி தினசரிக் கணக்குகளை என்னிடம் தரச் செய்தேன். கட்டுமானப் பொருட்களுக்குத் தரும் செலவை நேரடியாக நானே கொடுத்துக் கணக்கு வைத்துக் கொண்டேன். மரம், மின்பொருட்கள், போன்ற பிற தேவைகளை நாங்களே நேரில் சென்று வாங்கினோம். இதனால் நாங்களும், எம்மிடம் கட்டிடம் கட்டியோரும் லாபமடைய முடிந்தது. இதனால் வாடிக்கையாளர்களிடம் நல்ல பெயர் கிடைத்தது. பலர் நல்ல வாழ்நாள் நண்பர்களானார்கள். ஆனால் கட்டிடம் கட்டி முடித்த பின்னும் மீதமுள்ள தொகையைத் தராமல், ஏதாவது குறை கண்டுபிடித்து ஏமாற்றும் வழக்கம் ஒவ்வொரு கட்டிடப் பொறியாளரும் சந்திக்க வேண்டிய தவிர்க்க முடியாத நிலை. நாங்களும் அதற்கு விதிவிலக்கல்ல. எனக்கு இது ஏற்றுக்கொள்ள முடியாத துரோகம் எனக் கோபத்தை உண்டாக்கியது. ஆனால் லாரி இதுவெல்லாம் சகஜம் என மிக எளிதாக ஏற்றுக் கொண்டு அடுத்த பணிக்குப் போய்விடுவார். ஆனால் இத்தகைய கசப்பான அனுபவங்கள் மிகவும் குறைவே.

எங்களுக்கு ஒரு அம்பாசிடர் கார், அதற்கு ஒரு டிரைவர் இருந்தார். லாரி இவையெல்லாம் பூர்ஷ்வா ஆடம்பரம் என ஏற்க மறுத்தார். ஆனால் அது எத்தனை அவசியமானது, தேவையானது என்பதைப் பின் உணர்ந்து ஏற்றுக் கொண்டார்.

அவரது மற்றொரு பிரிக்க முடியாத தேவை, அவரது தோல்பை அது சாதாரண பை அல்ல. அவராலேயே சிறப்பாக வடிவமைக்கப்பட்டு உருவாக்கப்பட்டது. அதன் பைக்குள் ஒரு பை. அதற்கு ஜிப் உண்டு. அதில்தான் அவர் தனது பணப் பர்சை வைப்பார். லாரி வாரச் சம்பளமெல்லாம் தரமாட்டார். தினம் வேலை முடிந்தவுடன், வியர்வை உலரும் முன் கூலி தந்துவிட வேண்டும் என்பார். பாவம் அவர்களின் அன்றைய செலவுக்குப் பணம் வேண்டும் என்பார். அனுசரணையுடன் அளவெடுக்கும் டேப், திசை பார்க்கும் காம்பஸ் இவற்றை வைக்க மற்றொரு சிறப்புப் பை உண்டு. மற்றொரு பெரிய பகுதி கட்டிடப் பிளான்களை வைக்க உண்டு. ஒரு தந்தத்தாலான அரை அடி ஸ்கேல், சில வண்ண சாக்பீஸ்கள், வைக்க ஒரு சிறு அறையும் அந்தப் பையில் உண்டு.

அவரது சட்டையின் இடது பக்கம் பையில் சிறு டைரி இருக்கும். கூடவே சில அஞ்சலட்டை அளவு அட்டைகள் இருக்கும். அதில் அவரது தினசரித் திட்டங்கள் குறிக்கப்பட்டிருக்கும். இவ்வாறு ஒரு அலுவலகத்தையே அவர் சுமந்து செல்வார். இவற்றில் எது குறைந்தாலும், அமைதி இழந்து விடுவார்.

எங்கள் மகனுக்குப் படிக்க பள்ளி தேடி திருவனந்தபுரம் வந்தோம். மருத்துவமனையை இரண்டு நண்பர்கள் பொறுப்பில்

தற்காலிகமாக விட்டுவிட்டோம். லாரி முழுநேர கட்டிட வடிவமைப்பாளராகிவிட்டார். எனவே இனி வாகாமோன் செல்லும் வாய்ப்பே இல்லை என்றாகிவிட்டது. நல்லவேளை எங்கள் நண்பர்கள் ஏலினாவும், ஹில்டிகிரேடும் தொடர்ந்து மருத்துவமனையை நடத்த ஒப்புக் கொண்டனர். இப்போது முப்பத்தெட்டு ஆண்டுகள் ஓடி விட்டது. திருவனந்தபுரம் வாழ்க்கைதான் இனி, என்று முடிவானவுடன் எங்களுக்கென்று ஒரு சின்ன இடம் தேடத் துவங்கினோம். வாடகை வீடு எங்கள் மன இயல்புக்கு ஒத்துவராது. நகருக்கு வெளியே, முக்கிய சாலையின் அருகே ஒரு நல்ல இடம் கிடைத்தது. செங்குத்தான மலையும் பாறைகளும் நிறைந்த பகுதி அது. அதன் உச்சியில் நின்றால் சுற்றி அகத்தியர் மலைத் தோற்றம் காண முடியும். திருவனந்தபுரத்தின் மிக அழகிய இடம் என அதைச் சொல்ல முடியும். ஆனால் தண்ணீர் கிடைப்பதற்கான வாய்ப்பு இல்லை என்று பலரும் சொன்னார்கள். ஆனால் அதிர்ஷ்டவசமாக கீழே தோண்டிய கிணற்றில் எங்கள் தேவைக்கான தண்ணீர் கிடைத்தது.

முதலில் லாரி தனக்கே உரித்தான எளிமையுடன் மண் சுவர், தென்னை ஓலைக் கூரையுடன் இருந்த சொற்ப பணத்தில் ஒரு வீட்டைக் கட்டி முடித்தார். உயர்ந்த இடத்திலிருந்து சுற்றியும் அழகிய காட்சி அமைந்திருந்தது. சமதளமான இடத்தை வாங்கும் அளவுக்கு எங்களிடம் பணமில்லை. நெடு நாட்களுக்குப் பின் எங்களது நிரந்தர வீட்டை படிப்படியாக கட்டினோம். இப்போது எண்பது வயதில் பலவீனமான இதயத்துடனும், பழுதுபட்ட மூட்டுகளுடனும் மலை ஏற்றத்தில் கட்டப்பட்ட வீடு தினமும் ஒரு சவால்தான். என்ன செய்ய, எனினும் எங்கள் சொந்த வீட்டை மிகவும் நேசித்தோம். அதற்கு ஷேக்ஸ்பியரின் படைப்பான ஹேம்லெட் என்று பெயரிட்டோம். சுற்று வட்டாரத்தில் அஞ்சல் நிலையம், ஆலயம் எதுவுமில்லாத ஏகாந்த இடம் அது.

புதிய காங்கிரீட் நவீன வீடுகளுக்கான பாரம்பரியத் தரவாடுகளை அரபுப் பணம் பெற்ற மக்கள் இடித்துக் கொண்டிருந்தார்கள். பழைய அழகிய உயர்தர கதவு, ஜன்னல்களை மலிவு விலையில் வாங்கி லாரி பயன்படுத்தினார். திருவனந்தபுரம் பழைய அரண்மனை பத்னாபபுரத்தின் கட்டிட வடிவமைப்பு முறைகளைத் தனது கட்டிடங்களில் பயன்படுத்தினார். ஆனால் மலையாளிகளோ காங்கிரீட்டுக்கும் பளபளக்கும் டைல்சுக்கும் மாறிக் கொண்டிருந்தனர். அரண்மனையின் சின்னச் சின்ன பிரதிபலிப்புகள் எங்கள் சின்ன வீட்டிலும் காண முடியும். பழைய அலங்காரஜாலி தடுப்புகளை சுவர்களில் பயன்படுத்தினார். எங்கள் படுக்கை அறையில் ஒரு பெரிய மரவேலைப்பாடமைந்த ஜாலியைப் பயன்படுத்தியிருந்தார். எனவே

தூரத்து மலையும் காடுகளும் எப்போதும் எங்கள் அறைக்குள்ளிருந்து பளிச்செனத் தெரியும்.

லாரியின் மலிவு வீடு பற்றிய பேச்சு மெல்ல நகர் முழுதும் பரவத்துவங்கியது. மரபுகளை விரும்பியோர், மலிவு என வந்தோர் எனப் பலரும் லாரியின் வடிவமைப்பைப் பெறவந்தனர். வழக்கமான கான்ட்ராக்ட்காரர்கள் செலவில் பெரும்பகுதி லாரியால் குறைந்தது. ஆனால் வெகுசிலரே லாரியின் லட்சியத்தையும், தத்தவப் பின்னணியையும் புரிந்து வந்தனர். ஆனால் வழக்கமான கட்டிட வடிவமைப்பாளர்களும், கான்ட்ராக்டர்களும் லாரியை வெறுத்துப் பழித்தார்கள். லாரி பேக்கர் வீடுகள் வந்துவிட்டால் தங்கள் பிழைப்பில் மண் விழுந்து விடும் என அஞ்சினர்.

ஒரு சம்பவம் என் நினைவுக்கு வருகிறது. இப்போது அதைப் பற்றி யோசிக்கும்போது அது எனக்குக் குழந்தைத்தனமாகப்படுகிறது. ஒரு நாள் திருவனந்தபுரம் பொறியியல் கல்லூரியில் படித்துக் கொண்டிருந்த உறவுப் பெண்ணொருத்தி கலங்கிய கண்களுடன் என்னிடம், சித்தி, சித்தப்பா முறைப்படியான கட்டிட வடிவமைப்புப் பட்டம் பெற்றவரில்லையா என்று புலம்பினாள். நான் அவர் பர்மிங்ஹாம் ராயல் இன்ஸ்டிடியூட் ஆப் பிரிட்டிஷ் ஆர்க்கிடெக்சரில் படித்துத் தகுதி பெற்றவர்தான் என்று விளக்கினேன். அவளது வேதனைக்குக் காரணம், அவளது கல்லூரித் தேர்வுத் தாளில் சரியானப் பட்டப் படிப்பின்றி திருவனந்தபுரத்தில் மலிவு வீடுகள் கட்டிக் கொண்டிருக்கும் அயல் நாட்டவர் யார்? என்ற கேள்வி கேட்கப்பட்டிருந்தது. லாரி பேக்கரைக் குறி வைத்தே அக்கேள்வி கேட்கப்பட்டிருந்தது.

நான் மிகுந்த கோபத்துடன் கல்லூரி மீது மான நஷ்ட வழக்குத் தொடர வேண்டும் என முடிவு செய்தேன். லாரி இது பற்றிச் சிறிதும் கவலையற்றவராகவே இருந்தார். மறுநாள் நாங்கள் அப்போது முதல்வராயிருந்த அச்சுதமேனனை நேரில் கண்டு இதைப் பற்றிச் சொல்லி தக்க நடவடிக்கை எடுக்க வேண்டும் என்று நான் வாதிட்டேன். மிகுந்த அனுபவமும், அறிவும் மிக்க அவரோ, இதையெல்லாம் பொருட்படுத்த வேண்டாம் என்று அறிவுரைக் கூறி, லாரியைத் தனது ஏழை மக்களுக்கான நற்பணியைத் தொடர்ந்து செய்ய வேண்டிக் கொண்டார்.

லாரி தொடர்ந்தார். நிறைய வாடிக்கையாளர்கள் வந்தனர். ஒரே சமயத்தில் 20 கட்டிடங்கள் கட்டமளவுக்கு வேலை அமைந்தது. காலை 8 மணிக்கே தனது தோள் பையுடன் புறப்பட்டு விடுவார். அவரது அலுவலகம் கூட மலிவு கட்டிட மாதிரியில்தான் அமைந்திருந்தது. எங்கள் படுக்கையறையை ஒட்டிய சிறிய அறைதான் அவரது அலுவலகம். ஒரு பழைய பெரிய மேஜை, புத்தகங்கள், வரைபடங்கள்

வைக்க அலமாரி தனது மாணவப் பருவ சாதனங்களைக் கூட விட்டுவிடாமல் அப்படியே பயன்படுத்திவந்தார். பென்சில்களை வைக்கக்கூட பழைய பிஸ்கட் டின்தான். தனது பழைய பேனா இந்தியன் இங்க் ஸ்டீல் பேனா, தந்த அரையடி ஸ்கேல், பழைய காம்பஸ் என எதையும் அவர் தூக்கி எறிந்து விடவில்லை.

அவரது சட்டையின் இடதுபக்க பையில் டைரியும் சில அட்டைகளும் எப்போதும் தயாராக இருக்கும். பயணம் செய்யும்போது எங்காவது ஏதாவது மாறுபட்ட கட்டிட அமைப்பு, கலை வடிவம் கண்டுவிட்டால் போதும். காரை நிறுத்தி, தனது அட்டையை எடுத்து வரைந்து கொள்வார். அலுவலகம் சென்று பின் அதை முறைப்படி வரைந்து பாதுகாப்பார். அவர் தனது படங்களுக்கு வாட்டர் கலரைப் பெரிதும் பயன்படுத்தினார். பின்னர் போஸ்டர் கலர், ஆயில் கலர் போன்றவற்றையும் பயன்படுத்தினார். இவ்வாறு பல சிறப்பு மிக்க மரபுக் கட்டிடங்களை ஓவியமாக்கிப் பாதுகாத்தார். ஆனால் சீனாவில் அவர் வரைந்த ஓவியங்களை நான் பாதுகாக்கத் தவறிவிட்டேன். என்ற வருத்தம் எனக்கு இப்போதும் உண்டு.

கட்டிடக் கலைஞர் லாரி பேக்கர்

கட்டிட நிபுணர்கள், லாரி பற்றி எழுப்பிய சர்ச்சைகள் மெல்ல அடங்கிப்போனது. பல கட்டிடக்கலை நிபுணர்களும், கான்ட்ராக்ட்காரர்களும் லாரியின் வடிவமைப்பைப் பின்பற்றத் துவங்கினர். காங்கிரீட் பலமாடிக் கட்டிடங்கள் போலவே மறுபுறம் லாரியின் பூச்சற்ற செங்கல் கட்டிடங்களும் பெருமையின் சின்னமாக ஏற்கப்பட்டது. பேக்கர் வீடுகள் நவீனம், புதுமை என்று ஏற்கப்பட்டன. லாரி பேக்கர் வீடு என்பது நல்ல விளம்பர யுக்தியானது. பத்திரிக்கைகளில் பேக்கர் கன்ஸ்ட்ரக்ஷன்ஸ். பேக்கர் வீடுகள் கட்ட, பேக்கர் வீடுகள் விற்பனைக்கு என விளம்பரங்கள் கூட வெளிவரத்துவங்கின. நான், இவையெல்லாம் சட்ட விரோதம், லாரியின் படைப்புக்கு அனுமதியின்றி உரிமை கொண்டாடுதல் என்று கருதினேன். ஆனால் லாரி என் கருத்தை ஏற்கவில்லை. கேரள மக்களுக்கு நிறைய வீடுகள் வேண்டும். அதை யார் செய்தால் என்ன? செய்யட்டும் என்பார்.

தனது எளிய மலிவுவிலை வீடுகள் பற்றிப் பேசும் போது வீடற்ற ஒவ்வொரு மனிதனுக்கும் வீடு வேண்டும். தலைக்குமேல் ஒரு கூரை என்பது ஒவ்வொரு மனிதனின் விருப்பம், கனவு.

இந்தியா ஒன்றும் செல்வம் கொழிக்கும் பணக்கார நாடல்ல. ஸ்டீல், சிமெண்ட் இரண்டும் விலை அதிகமான கட்டுமானப் பொருட்கள் ஏழைகளுக்கு அவற்றைப் பெறும் வசதியில்லை. எனவே அவற்றை எவ்வளவு குறைவாக உபயோகிக்க முடியுமோ, அவ்வளவு குறைவாகப் பயன்படுத்துவது நல்லது. நமது கடற்கரைச் சார்ந்த பகுதிகளில் ஏராளமாக கிளிஞ்சல் கிடைக்கிறது. நம்மிடம் ஏராளமான மக்கள் சக்தி உள்ளது. இவை இரண்டையும் இணைத்தால் சுண்ணாம்பு உண்டாக்க முடியும். அதைக் கொண்டு கட்டிடக் கட்டுமானத்திற்கான காரையை உண்டாக்க முடியும்.

பெரிய ஆலைகள், பெரிய முதலீடு, பெரிய லாபநோக்கம் கொண்ட சிமெண்ட் உற்பத்திக்கு பதில் உள்ளூரில் கிடைக்கும் மலிவானப் பொருட்களைக் கொண்டு, நிறையப் பேருக்கு வேலை வாய்ப்பை உருவாக்க முடியும். மலிவாக வீடுகளைக் கட்ட முடியும். நீண்ட தூரத்திலிருந்து விலை அதிகமான, எங்கோ உள்ள பெரு முதலாளிக்கு லாபம் தரும் சிமெண்ட்டுக்குச் சரியான மாற்றுக் கிளிஞ்சல் என்பார் லாரி. கதைகளும், நகைச்சுவையும் கலந்த அவரது பேச்சு கேட்போரைக் கட்டிப்போட்டுவிடும். ஏழை நாட்டில் கட்டிடங்கள் மலிவானதாகக் கட்ட உதவ வேண்டும் என்பது அவரது லட்சியம். அதுபற்றி அவர் பேசும்போது தனது இதயநோயைப் பற்றி முற்றாக மறந்து விடுவார். அவரது இதய மருத்துவர் கொடுத்த அறிவுரைகள் எல்லாம் மறந்து மணிக்கணக்காகப் பேசுவார். ஓய்வு என்பது மறந்து போய் விடும். அறிவுரைகள் எல்லாம் காகிதத்தில் தூங்கிக் கொண்டிருக்கும். அவரது லட்சியமே அவருக்கு மாமருந்து. அவ்வப்பொழுது அவரது இதயம் ஒத்துழைக்க மறுத்து ரகளை செய்யும். பலமுறை டாக்டரிடம் சென்று மருத்துவம் பெற்றுத் திரும்புவார். இப்போது லாரியின் வயது தொண்ணூறு. தமது மனதைக் கவர்ந்த மலிவு கட்டிடங்கள் பற்றிப் பேசும்போது வயது, நோய் அனைத்தும் மறந்து விடுவார். இன்றும் லட்சக்கணக்கான இந்தியர்கள் வசிக்க ஒரு வீடின்றி, தலைக்கு மேல் ஒரு கூரை கிடைக்காதா என்ற ஏக்கத்துடன் வாழ்கிறார்கள். அவர்களுக்கு நாம் என்ன செய்யப் போகிறோம் என்பதுதான் லாரியின் கேள்வி. அதற்காக உழைப்பது தான் லாரியின் லட்சியம்.

லாரி கையில் எப்போதும் ஒரு பென்சில், சட்டைப் பையில் வரைவதற்கான அட்டை இருக்கும். தான் காண்பனவற்றில் எல்லாம் ஏதாவது சிறப்பு அம்சத்தைக் கண்டு பிடிப்பார். பத்மநாதபுரம் அரண்மனையிலிருந்து, தொன்மையான கேரள படகு வரை, மலையாளியின் முண்டு கட்டுவதிலிருந்து பாரம்பரியத் தரவாடுவரை ஒவ்வொன்றிலும் இன்றைய தேவைக்கான புதுமை அம்சத்தைக் காண்பார். அதை மாற்றி புதிய தேவைக்கானதாக வரைந்து

பாதுகாப்பார். அதைத் தனது நண்பர்கள் பத்திரிக்கைகளுக்கும் அனுப்பிவிடுவார். இனி அது பொதுவான அறிவுச் சொத்தாகிவிடும். நவீன வளர்ச்சியான கம்ப்யூட்டர், ஈமெயில், இண்டர்நெட் ஆகியவற்றையும் தனது பிரச்சாரத்திற்குப் பயன்படுத்தத் துவங்கினார். தன்னிடம் வந்து சேரும் எதையும் தகவலாக்கிப்படம் வரைந்து விடுவார். அதுபோல மருத்துவர்கள் பற்றிய கார்ட்டூன்களை ஒவ்வொரு முறை மருத்துவரிடம் சென்று வந்த உடனே வரைந்து விடுவார். மருத்துவர்கள் எழுதுவது, பேசுவது போன்றவற்றை அவர் மருத்துவமனையில் அறுவை சிகிச்சை செய்து படுத்திருந்தபோதும் கேட்டு, நகைச்சுவை ததும்பும் கார்ட்டூன்களாக்கி சுற்றி இருப்போரை மகிழ்வித்து விடுவார். லாரியின் கண்கள் இப்போது மங்கிவிட்டது. டாக்டர்கள் பார்வை தேறும் வாய்ப்பு குறைவு. வயதின் காரணமாகப் பார்வை மங்குவது இயல்பு என்று தேற்றினர். எனவே படங்கள் வரைவது குறைந்து போனது. கருப்பு இந்தியன் இங்க் கொண்டு, தடித்த கோடுகள் கொண்டு பெரிய அட்டையில் படங்கள் வரையத் துவங்கினார்.

எத்தனை காலம் கேரளத்தில் வசித்த போதும் மலையாளம் எழுத படிக்க மட்டுமல்ல, பேசவும் கற்றுக் கொள்ள பெரிய முயற்சி எதுவும் அவர் எடுக்கவில்லை. மலையாளத்தின் வளைவு வளைவான எழுத்துக்களின் ஓவிய அழகை அவர் மிகவும் ரசித்தார். எழுத்துகளை ஓவியமாக்கும் காலிகிராபியை மலையாளத்தில் முயற்சித்தார்.

அவரது மொழித்தடை கேரள வரலாற்றையும், தத்துவங்களையும் சிந்தனை ஓட்டத்தையும் புரிந்து கொள்ளப் பெரும் இடையூறாக இருந்தது. பைத்தியக்கார வெள்ளையரின், பைத்தியக்கார கட்டிடங்கள் என்ற கருத்து இப்போது முற்றாக மாறிவிட்டது. லாரியின் மலிவு மனை நுட்பம் இப்போதும் கேரளம் முழுதும் சர்வசாதாரணமாக அனைவராலும் மேற்கொள்ளப்படுகிறது.

அன்றைய கேரள முதல்வர் அச்சுதமேனனே இந்த மாறுபட்ட மலிவு மனை முயற்சிக்கு முக்கியமாக, ஆதரவும், உதவிகளையும் செய்தவர். அவரைப் போன்ற பிற செயலூக்கம் மிக்க சிந்தனையாளர்கள் இதற்குத் துணை நின்றனர். திரு. சந்திரசேகரன் திருச்சூர் அரசு பாலிடெக்னிக் முதல்வர் மிகுந்த ஆர்வத்துடன் ஆதரித்தார். அச்சுதமேனனும், சந்திர சேகரும் வீடற்ற அனைவரும் வீடு பெற வேண்டும் என்பதில் மிகவும் ஈடுபாடு கொண்டவர்கள். அவர்கள் மலிவான விளம்பரத்திற்காகவோ, புகழுக்காகவோ இதை மேற்கொள்ளவில்லை. இவர்களின் உதவியால் கிராமப்புற வளர்ச்சிக்கான ஆய்வு மையம் உருவானது. அடித்தட்டு ஏழை மக்களுக்கு வீடு கிடைக்க வேண்டும் என்பதற்காக உள்ளூர் செங்கல் உற்பத்தியாளர்களும் மிகுந்த துணையாக நின்றனர். பொறியியல்

கல்லூரி மாணவர்களுக்கு மலிவு மனை நுட்பங்களை மட்டும் கற்றுத்தராமல், ஏழைகளுக்கு வீடு தருவது சமூக கடமை எனும் சமூக அர்ப்பணிப்பு உணர்வையும் அவர்கள் உருவாக்கினர்.

COST FORD கேரளத்தின் தென் மாவட்டங்களில் மிகுந்த ஆதரவைப் பெற்று பல மறக்க முடியாத வரலாற்றுச் சுவடுகளைப் பதித்தது. இப்போது கேரளத்தின் பல்வேறு பகுதிகளிலும் COST FORD கிளை நிறுவனங்கள் அமைதியுடன் மக்களுக்கு வீடு எனும் மகத்தான கனவை நனவாக்கி வருகின்றன. கடந்த சில ஆண்டுகளில் இதன் மூலம் நூற்றுக்கணக்கான கட்டிடங்கள் மாநிலம் முழுதும் கட்டப்பட்டுள்ளன. வீடுகள், பஞ்சாயத்துகள், மருத்துவமனைகள், சமூக அரங்குகள் ஏன் முழுமையான லாரி பேக்கர் மாதிரி கிராமங்களே கூட கட்டப்பட்டுள்ளன. நாட்டின் தேவை, இதன் மலிவுத் தன்மை ஆகிய இரு முக்கிய சிறப்பு அம்சங்களால் இது ஒரு இயக்கமாகவே மிக வேகமாகப் பரவி வருகிறது. கோவை ஆனைக்கட்டியில் சலீம் அலி பறவைகள் ஆய்வு மற்றும் இயற்கை வரலாற்று மையத்திற்காக லாரி பேக்கர் ஒரு கட்டிடத்தை வடிவமைத்துக் காட்டினார்.

திருவனந்தபுரம் COST FORD உடன் நான் நெருங்கிய தொடர்பு கொண்டிருந்தேன். பொறியாளர் பி.பி. சஜன் பெண் கட்டிட வடிவமைப்பாளர் ஷைலஜா ஆகியோர் COSTFORD ன் பொறுப்புகளை ஏற்று கடந்த 20 ஆண்டுகள் திருவனந்தபுரத்தில் ஏராளமான கட்டிடங்கள், பல்வேறு தேவைகளுக்காகக் கட்டப்பட்டுள்ளன. லாரி, வடிவமைப்பு பணியை COSTFORDக்காகச் செய்து கொடுத்தார். அவர்கள் மிகச் சிறப்பாக அதைக் கட்டி முடித்தனர். வரையறை செய்த மதிப்பீட்டுக்குள் கட்டிடங்களைக் கட்டி முடித்தனர். பிற பொதுத்துறைகளில் செய்வது போல முடிக்கும்போது மதிப்பீட்டை இரண்டு மடங்கு உயர்த்துவதில்லை.

கொல்லம் பஞ்சாயத்து யூனியன் அலுவலகம் மிக அழகான கட்டிட அமைப்புக் கொண்டது. நிச்சயமாக அது பயன் படுத்து வோர், காண்போர் என அனைவரின் பாரட்டையும் பெறும். மீனவர் களுக்காக, லாரி வடிவமைத்த 200 மலிவு மனைகள் தனித்துவத்துடன் நிற்கின்றன. மலிவு, வசதி, பயன்பாட்டுத் தன்மை அனைத்தும் கொண்டவை அவைகள். லாரி அவர்கள் வாழ்வுச் சூழல், தொழில் முதலியவற்றை மனதில் கொண்டு மிகுந்த கவனத்துடன் அவற்றை வடிவமைத்தார். பல்வேறு மாதிரிகளை உருவாக்கினார். அவற்றில் தங்களுக்கு ஏற்றது எது என்பதைத் தேர்ந்தெடுப்பதில் அவர் பெண்களுக்கு முதலிடம் தந்தார். பெண்களே வீடுகளில் இருந்து, அவற்றின் நன்மை, தீமைகளை, குறை நிறைகளை எதிர் கொள்பவர்கள். எனவே அவர்கள் விருப்பம், தேவை முதலியன

மதிக்கப்பட வேண்டும். அவர்கள் விருப்பப்படி அமைக்கப்பட்ட வீடுகள் அவர்களின் லட்சிய மகிழ்ச்சி இல்லங்களாயின. COST FORD ஐச் சேர்ந்த அனைவரும் லாரியை 'டாடி' என்று பாசத்துடன் அழைத்தனர். அவர்கள் மிகுந்த நம்பிக்கையுடனும், மகிழ்ச்சியுடனும் தமது சந்தேகங்களைப் பகிர்ந்து கொள்ள, லாரியிடம் வருவார்கள். லாரி மிகுந்த பரிவுடன் அவர்களின் ஒவ்வொரு கேள்விக்கும் பதிலளித்து, அவர்களுடன் பெரிதும் ஒத்துழைத்தார். லாரி உடல் நலமின்றி இருந்தபோது அவர்கள் லாரிக்கு எந்த விதமான சுமையும் தராமல், அவருடைய கருத்தை அறிந்து செயல்பட்டு உதவினர்.

லாரி விதைத்த விதை கேரளம் முழுதும் துளிர் விட்டுப் பயன்தந்து கொண்டுள்ளதைக் காண்கிறோம். கேரள எல்லை தாண்டிப் பல்வேறு பகுதிகளிலும் ஏழை அடித்தட்டு மக்களுக்கான வாழ்விடத் தேவையை எதிர்கொள்ள நினைப்பவர்கள் லாரிபேக்கரை நினைவு கூர்வது தவிர்க்க முடியாத ஒன்றாகி விட்டது. தனக்கென ஒரு வீடு எனும் மனிதகுல நெடுநாள் கனவு முழுமையாக நிறைவேற்றப்படும் வரை லாரி ஒரு உந்து சக்தியாக உணர்வூட்டிக் கொண்டிருப்பார்.

நிறைவாக....

இப்போது எங்கள் முதுமையில் எங்களது கடந்தகால வாழ்க்கைப் பயணப் பாதையைத் திரும்பிப் பார்க்கிறேன். 60 ஆண்டுகள் ஓடி விட்டன. நான் முதன் முதலாக லாரியைச் சந்தித்தது, சேவையில் எங்கள் காலத்தைப் பகிர்ந்து கொண்டது, பல்வேறு தடைகளை மீறி ஒன்றுபட்டு வாழ முடிவு செய்தது, நண்பர்கள் சிலரின் மத்தியில் அந்த தேவாலயத்தில் திருமணம் நடந்தது, சேவை நோக்குடன் சிரமமான லட்சியப்பாதையைத் தேடி நடந்தது என ஒவ்வொன்றையும் அமர்ந்து நிதானமாக அசைபோடும் காலம் இது. "இன்றுமுதல் எங்கள் கைகளை இணைத்து நன்மை, தீமை, செல்வம், வறுமை, நோய், மகிழ்ச்சி, ஏற்றம், தாழ்வு அனைத்திலும் உற்ற துணையாக அன்புடன் மரணம் எம்மைப் பிரிக்கும்வரை இணைந்து வாழ்வோம்" என்று நாங்கள் இறைவனுக்களித்த வாக்கைக் காப்பாற்றி விட்டோம் என்ற நிறைவு மனதில் உள்ளது.

எனக்கு ஒரே ஒரு வருத்தம் உண்டு. நான் லாரியை விடவும் கொஞ்சம் இளமையானவளாக இருந்திருக்கலாம். அவருக்கு நான்

இன்னும் கொஞ்சம் அதிகம் உதவியாக பயனுள்ளவளாக இருந்திருக்க முடியும். எங்கள் இருவருக்குமே உடல் ஒத்துழைக்காத காலம் ஒரே நேரத்தில் வந்தது சோகமே. எங்களை பரிசோதித்த இதய மருத்துவர், "நீங்கள் இருவருமே இரக்க இதயம் கொண்டவர்கள். எனவே இருவருக்கும் ஒரே மாதிரியான இதய பாதிப்பு உள்ளது. எனவே இருவருக்கும் ஒரே மாதிரியான மருத்துவம் மருந்துகள்தான்" என்று சொல்லி மருந்துகளை எழுதினார். என் வாழ்வை மகிழ்ச்சியுடனும், நிறைவுடனும் நினைவுகூற ஏராளமான நிகழ்வுகள் உண்டு.

நாற்பதாண்டுகள் கேரளத்தில் வாழ்ந்தும், மலையாளம் அவருக்கு மிகவும் தொலைவு. அவர் மலையாளம் புரிந்து கொள்வார். பேசுவது முடியாத ஒன்று. பொதுவாக அவர் வார்த்தைகளை நம்புபவர் அல்ல. மலையாளிகள் தமது கொச்சையான மலையாளப் பேச்சை கேலி செய்யக்கூடும் என்ற தயக்கம் ஒரு காரணமாக இருக்கலாம். ஆனால் தனது கட்டிடத் தொழிலாளர்களிடம் தனது கருத்தைத் தெரிவிப்பதில் அவருக்குப் பெரிய சிரமம் எப்போதும் இருந்ததில்லை. அவர் உதடுகளை விடவும், அவரது பென்சிலும், அட்டையும் பேச முடியாத உணர்வுகளைக்கூட உணர்த்தி விடும்.

அவரது இந்த உலகப் பொது மொழித் திறமைக்கு ஒரு நல்ல உதாரணம் 1957 இல் நாங்கள் இங்கிலாந்திலிருந்து திரும்பிக் கொண்டிருந்தோம். துருக்கி, ஈரான், ஆப்கானிஸ்தான் வழியாக இந்தியா வருவதற்கு விமானப் பயண வாய்ப்பு ஏதுமில்லை. எனவே ஒரு நாட்டிலிருந்து மற்றதற்கு உள்ளூர் விமானங்கள் மூலம் மாற்றிப் பயணப்பட்டோம். கிரீசில் ரொட்டிக்கு வெண்ணெய் தேவைப்பட்டது. எங்களுக்குத் தெரிந்த அத்தனை மொழிகளிலும் சொல்லிப் பார்த்தோம். அவர்களுக்கு எதுவும் புரியவில்லை கடைசியாக லாரி தனது ஓவியமொழியில் பசுவைப்போட்டு, பாலைப் போட்டு, கடைவது போல் வரைந்து, வெண்ணையைக் காட்டினார். விமான நிலையத்தில் அவர் வரைவதைப் பார்த்து, சுற்றியிருந்தவர்கள் கூடி மகிழ்ச்சி ஆரவாரம் செய்தனர். கடைசியாக வெண்ணெய் வந்து சேர்ந்தது பசிபோனது. இந்தியாவைத் தனது தாயகமாக வரித்து கொண்டு, இந்தியராகவே வாழ்ந்தபோதும், லாரியிடம் பிரிட்டிஷ் சுவடுகள் அழிக்க முடியாதபடி ஆழமாகவே படிந்திருந்தது. சின்னச்சின்ன உதவிகளுக்கும் நன்றி சொல்வது, வாயிலில் நுழையும்போது வழிவிட்டு, நீங்கள் முதலில் என்று அனுமதிப்பது, சின்னத் தவறு நடந்து விட்டாலும், சாரி என்று மன்னிப்புக் கேட்பது போன்ற பிரிட்டிஷ் நாகரிகம் அவரிடம் எப்போதும் உண்டு. ஏதாவது வரிசையில் நிற்கும்போது யாராவது தள்ளிக்கொண்டு முன் நுழைவதைக் கண்டால் முகம் சுளிப்பார். பெண்களுக்கும், குழந்தைகளுக்கும் எந்த அவசரத்திலும் முதலிடம்

தருபவர் அவர். அவருக்குக் காலை எழுந்தவுடன் தேநீர் என்பது மிகவும் பிடித்தமானது. யாராவது போட்டு எடுத்துவந்து தட்டி எழுப்பிக் கொடுக்க வேண்டும் என்ற துரை மனப்பான்மை சற்றும் இல்லாதவர். காலை சரியாக 6 மணிக்கு எழுந்து விடுவார். தானே சமையலறைக்குப் போய் சுவையான தேநீர் தயாரித்துச் சுடச்சுட எடுத்துவந்து எனக்கும் கொடுத்துக் குடிப்பார். இந்த தேநீர் கொண்டாட்டம் தினசரி காலை தவிர்க்கவியலாதபடி நடக்கும்.

எங்களின் மூன்று குழந்தைகளுக்கும் இப்போது திருமணமாகி, அவர்களுக்கும் குழந்தைகள் பிறந்து விட்டன. அவர்கள் படித்து நல்ல வேலைகளில் நல்லபடி வாழ்கிறார்கள். அப்பாமீதும், அம்மாமீதும் அளவற்ற பாசம் கொண்டவர்கள். தினசரி அவர்களிடமிருந்து எங்கள் உடல்நிலையை விசாரித்து போன் வந்துவிடும். வினித் எங்கள் மூத்த பேரன். டெல்லி ஐ.ஐ.டி ல் முதுகலைப் பட்டம் படிக்கிறான். தாத்தாவுக்கு நவீன மின்னியல் கணினி, தகவல் தொடர்பு பற்றிப் பாடம் எடுத்துக் கற்றுக் கொடுப்பவன் அவனே. லாரிக்கு கம்ப்யூட்டரில் கார்ட்டூன் போடக் கற்றுக் கொடுத்தது அவர்களே. லாரியிடம் இப்போது நூற்றுக்கணக்கான கம்ப்யூட்டர் ஓவியங்கள் உள்ளன. ஒரு காலத்தில் அவை புத்தகமாக வரலாம். அடுத்து தேஜல். தாத்தாவின் பிறந்த நாளிலேயே பிறந்தவன். கட்டிடக் கலையில் ஆர்வம் கொண்ட அவன் தாத்தாவின் ஓவியங்களை மிகவும் ரசிப்பவன். லிசா எங்கள் கடைசி பேத்தி. பாட்டி போல மருத்துவராக விரும்புபவள். எங்கள்

மகிழ்ச்சிக்கும், பெருமைக்கும் காரணமானவர்கள் அவர்களே. லாரி, வீடு கட்டிக் கொடுத்தவர்களெல்லாம், இப்போது அவரிடம் மிகுந்த நன்றி கொண்ட நண்பர்களாகி விட்டனர். எங்கள் திருவனந்தபுரம் வாழ்வைப் பயனுள்ளதாக்கிய அவர்களுக்கு நாங்கள் என்றும் நன்றி பாராட்டக் கடமைப்பட்டவர்கள். லாரியிடம் பணியாற்றிய அத்தனை கட்டிடத் தொழிலாளர்களும், மரவேலைக்காரர்களும் அவர் மீது மிகுந்த அன்பும், நன்றியும் கொண்டவர்களாகவே இன்றும் உள்ளனர். விஜயன், மாதவன் இருவரும் இளைஞர்களாக கட்டிட உதவி ஆட்களாக முப்பது ஆண்டுகளுக்கு முன் வந்து சேர்ந்தனர். இப்போது அவர்கள் திறமை மிக்க தலைமை கட்டிடக் கலைஞர்கள். டாடி, பேக்கர்ஜி என்று இப்போதும் பாசத்துடனும், அன்புடனும் அவரிடமும், எங்கள் குடும்பத்தில் அனைவருடனும் பழகுபவர்கள்.

கடந்த இரண்டு ஆண்டுகளாக முதுமை காரணமாகவும், நோயின் காரணமாகவும் எந்தக் கட்டுமானப் பணியையும் லாரி ஏற்கவில்லை. ஆனாலும் அவருடைய பழைய வாடிக்கையாளர்களும், தொழிலாளர்களும், பல்வேறு கல்வி நிலையங்களிலிருந்தும் அவரிடம் பயிற்சிபெற வந்த மாணவர்களும், COST FORDன் பொறியாளர்களும், வல்லுனர்களும் எப்போதும் எங்களைத் தேடி வந்து எங்களுக்கு உதவிகள் செய்து, உற்சாகமூட்டினர். நாட்டின் பல்வேறு கல்லூரிகளிலிருந்தும், உலகின் பல நாடுகளிலிருந்தும் வந்து லாரி பேக்கர் கட்டுமானக் கலையைக் கற்று, உலகம் முழுதும் மலிவுமனை லட்சியத்துடன் ஏழைகள் வாழத் தலைக்குமேல் ஒரு கூரை தர உழைத்துக் கொண்டிருக்கும் இளைஞர்கள் நம் வாழ்த்துக்குரியவர்கள்.

“பாம்புக்குப் புற்றுண்டு, பறவைக்குக் கூடுண்டு. மனுஷகுமாரனுக்கோ தலை சாய்க்க இடமில்லை” என்ற விவிலியக் கனவை நனவாக்கும் மகத்தான லட்சியம் வடிவம் பெற்று வருவதைக் கண்டு லாரி பேக்கர் மனநிறைவு கொள்கிறார். நான் 1938 இல் வேலூர் மருத்துவக் கல்லூரியில் மருத்துவப் பட்டம் பெற்ற நாளில் விளக்கேற்றி அன்னை ஐடா ஸ்கடர் கூறிய வாசகங்கள் தான் எனக்கு இன்னும் வழிகாட்டுகிறது “ஒளியூட்டுவதற்காகவே ஒளியூட்டப்பட்டோம்”.

ஒவ்வொரும் மனிதனுக்கும் வாழ்வதற்கு வீடு, நோயற்ற வாழ்வு இவை தான் எங்களை வழிநடத்தும் ஒளி வாசகங்கள். ஒவ்வொரு மனிதனும் இவற்றைப் பெறுவதே லாரி பேக்கரின் லட்சியக் கனவு. அதை நம் தலைமுறை நிறைவேற்றுமென நம்புவோம்.

1917 — பிர்மிங்ஹாம்மில் பிறந்தார்.

1937 — பிர்மிங்க்ஹாம் கலை, வடிவமைப்பு கல்லூரியில்

கட்டிடக்கலைப் படிப்பை நிறைவு செய்தார்.

1938 — பிரிட்டிஷ் கட்டிட வடிவமைப்பாளர் கழகத்தில் உறுப்பினரானார்.

1943 — மகாத்மா காந்தியை பம்பாயில் (தற்போதய மும்பை) சந்தித்தபின் பெரும் உத்வேகம் பெற்றார்.

1945 — இந்தியாவுக்கு ஒரு செயல் வீரராக திரும்பி, நாடு முழுவதும் பிரயாணம் மேற்கொண்டார்.

1945 — 1948 தொழு நோய் ஒழிப்பு மையத்தின் முதன்மைக் கட்டிட வடிவமைப்பாளராக பொறுப்பேற்று நாடு முழுவதும் கட்டிடங்களை வடிவமைத்து கட்டும் பெரும் பணியை மேற்கொண்டார்.

1948 — கேரளத்தைச் சேர்ந்த எலிசபெத் ஜாகப் என்பவரை மணந்தார்.

1948 — 1963 பிதோராகர் என்ற இடத்தில் தன் மனைவியுடன் சேர்ந்து ஒரு மருத்துவமனையையும் சில பள்ளிக்கூடங்களையும் நிறுவி நடத்தினார்.

1949 — பழங்கால கட்டிடக்கலை, செம்மண், மண்சுவர், கரையான் பிரச்சினை மற்றும் தட்ப வெப்ப நிலைகளின் தாக்கம் ஆகியவற்றை தர்க்கபூர்வமாக ஆராய்ந்தார்.

1950 —லக்னோ மன நல மையத்தை நூர் மனசில் என்ற இடத்தில் வடிவமைத்து கட்டினார்.

1956 — உலகக் கல்வி என்ற அமைப்பின் நிறுவனரான வில்டி பிஷரின் வேண்டுகோளுக்கிணங்கி சக்ஷறதா நிகேதனை வடிவமைத்தார்.

1963 — கேரளத்தில் உள்ள வாகாமோன் என்ற இடத்திற்கு குடிபெயர்ந்தார்.

1967 — திருவனந்தபுரத்தில் உள்ளூர் என்ற இடத்தில் செயல்முறை வணிகவியல் ஆய்வு மைய கட்டிடத்தை வடிவமைத்து *1970*களின் ஆரம்பத்தில் கட்டி முடித்தார்.

1970 — இந்திய கட்டிடக்கலை வல்லுநர் கழகத்தில் உறுப்பினரானார்.

1970 — திருவனந்தபுரத்திற்கு குடிபெயர்ந்தார்.

1971 — திருரவனந்தபுரத்தில் உள்ள முன்னேற்ற கல்வி மையம், ஸ்ரீகர்யத்தில் உள்ள லயோலா தேவாலயம் மற்றும் கலை அரங்கத்தை வடிவமைத்தார்.

1983 — ஆர்டர் ஆப் பிரிட்டிஷ் எம்பையர் என்ற உயரிய விருதினை அளித்து கௌரவித்தது பிரித்தானிய அரசு.

1988 — இந்திய குடிமகனானார்

1989 — இந்திய கட்டிடக்கலை கழகத்தின் ஆண்டின் 'மிகச்சிறந்த வல்லுநர்' விருதை பெற்றார்.

1990 — நாட்டின் உயரிய விருதான 'பத்மஸ்ரீ' விருதினை பெற்றார்.

1992 — ஐ நா சபையின் குடிமை விருதும் 'ரோல் ஆப் ஹானர்' விருதும் பெற்றார்.

2006 — ப்ரிட்ஸ்கர் விருதுக்கு பரிந்துரைக்கப்பட்டார்.

2007 — 90ம் வயதில் திருவனந்தபுரத்தில் காலமானார்.

குறிப்பு

3